DẦU BINH LỬA

Phan Nhật Nam

DẤU BINH LỬA

Nhà Xuất Bản SỐNG
Tái bản 2015

Dấu Binh Lửa

Phan Nhật Nam

Copyright © 2015 Nhà Xuất Bản Sống - USA

ISBN: 978-1-51197-730-2

Chủ Biên	Khánh Hòa
Layout	Vũ Đình Trọng

Thiết kế bìa   Kevin Trần

Hình minh họa

NAG. Nguyễn Ngọc Hạnh

Hình tư liệu của tác giả

Nhà Xuất Bản Sống

Xuất bản tại Hoa Kỳ - 5/2015

15751 Brookhurst St., #225

Westminster, CA 92683

Đặt mua sách: 714-856-4635 * 714-531-5362

Email: tuanbaosong@gmail.com

Ấn phí: $22.

Dấu Binh Lửa

MỤC LỤC

PHỤ LỤC:

viết/sống là một

Theo lời dặn của Ch - Anh cố vấn văn chương - Tôi phải viết một cái tựa thật hách, ngắn, cô đọng và hay ho không chịu được... Nhưng viết thế nào để có thể gọi là "hách"?

Thôi, tôi mở đầu bằng cách bày tỏ nguyên do đồng thời đề biện hộ cho những dòng viết ở những trang sau. Đến cái tuổi này lẽ tất nhiên tôi chẳng hy vọng gì nơi văn chương nữa, cũng không thể ước mơ nhờ cái ngõ văn chương để kiếm một chút danh giá. Hơn nữa, danh vọng của một người viết văn ở Việt Nam cũng chẳng lấy gì làm sáng sủa. Bao nhiêu năm làm văn nghệ, cũ như Lê Văn Trương, Đinh Hùng, mới như Quách Thoại, đến khi chết đi thì cũng chẳng còn gì - Thế Phong đó - anh chàng làm văn nghệ như một gã tiền phong, *"Nửa đường đi xuống"* phải đóng bộ ka-ki độ nhật qua ngày với tờ báo của Không Quân.

Thế nên tôi chẳng hy vọng gì ở cái *"nghề của chàng"* nữa. Nhưng vẫn muốn viết, viết như một *"nhu cầu"*, nói cho có vẻ thiết tha. Tôi đâu phải là hoàng tử văn chương ngoại hạng, xem chuyện viết lách như một công việc nghiêm trang giữa người và thế giới bí ẩn của chữ nghĩa, viết đối với tôi đúng ra chỉ là một cách thoát hơi - Viết để khỏi ấm ức bực mình.

Sau tám năm ở lính, thời gian thoải mái thật hiếm hoi, những phiền toái có duyên cớ hay không, chính danh hay ẩn dấu hình như chực sẵn ở trong người, có cơ hội sẽ dấy lên như giông bão. Đôi khi tôi thấy thật yêu cái nghề này, nó tạo cho con người tính kiên nhẫn, lòng vị tha, chế ngự những hèn mọn của mình. Nhưng cũng có lúc tôi thấy nó thật tệ, không có một nghề nghiệp nào ù lì, cứng đọng và thụ động bằng *"đi lính"*, chỉ cần thừa hành trong một giới hạn thật sít sao, thế là đủ.

Có nhiều lúc tôi muốn ném tung hết tôn ti trật tự, bộ quần áo trên người để thong dong giang hồ một chuyến tự do, nhưng đồng thời cũng vừa khám phá, đang bị buộc chặt, đã quen với đời sống này. Thật khó khăn khi phải nói chuyện với một anh dân sự, hình như tôi và hắn ta ở hai thế giới thật khác xa nhau.

Tôi cũng muốn viết về đời sống lính với những con người thật lạ. Năm 1966, có gã lính thật trẻ ở đại đội tôi, hắn ta thấp bé da xanh mướt ốm yếu, nhưng uống rượu kinh khiếp, hai lít rượu đế hắn uống tỉnh bơ, hình như rượu không tạo nên phản ứng nào trong người. Ngoài cuộc rượu, y bình lặng kín đáo như một con ốc. Một hôm đứng gác, sẵn súng ở tay, hắn bắn vào đầu tự vận. Tôi không biết nỗi thất vọng kinh khủng nào trong đầu một thằng bé 19 tuổi.

Đức *"điên"* Biệt Động Quân, quan Ba, Tiểu đoàn

phó, đi hành quân mang khẩu M.79 chạy trước hàng lính, về Sài Gòn đi chơi, mặc một chiếc áo bà ba đen, dưới quần lính, chân mang dép Nhật, trang bị thêm một con dao đi rừng. Tôi không hiểu nó nhìn đời thế nào qua cặp kính trắng dày cộm khi trên người trang bị với phụ tùng như thế. Đại khái ở lính có những loại người *"bất bình thường"* như vậy, và trong đám bất bình thường trên lại chen lẫn vài kẻ bình thường thật kỳ quái. Thiên, anh chàng đi theo tôi trong hai năm, một ngày chỉ nói khoảng hai mươi tiếng: dạ, vâng... Thế là hết. Nó ở xa, tôi gọi đến vỡ phổi không tiếng trả lời, lát sau lặng lẽ đi đến. *"Tao kêu mày có nghe không?.."*. *"Dạ có"*. *"Thế sao mày không trả lời?"*. Thiên bóp bóp hai bàn tay đứng im. Thấy những người lính khác bắt gà, nó cũng bắt một con treo trên ba-lô, đi một đoạn vắng người, thả chạy, xong làm dấu Thánh giá đọc kinh.

Đi lính tôi có nhiều *"thế"* sống thật đặc biệt. Chiều 29 Tết năm 1963 ở chân đèo Rọ Tượng, Khánh Hòa, căn cứ Lầy, trời rét như cắt ruột, mưa phùn bay mù mịt, chúng tôi đứng trong nước sình ngập đến ngực, lạnh, đói, đã gần năm ngày liên tiếp mình mẩy không bao giờ được khô. Dân chúng đi từ Ninh Hòa về Nha Trang tưởng chúng tôi là tù binh, ném bánh ú từ trên xe xuống cho, một vài bà già chậm nước mắt khóc vì thương hại. Nhưng chúng tôi vẫn vui như tết, Năng và tôi nhặt bánh ú ngồi ăn ngon lành, cả hai đứa đều là những *"Tân Sĩ Quan"* vừa quỳ xuống đứng dậy cách đây một tháng để lãnh nhiệm vụ gánh vác non sông!

Chúng tôi hãnh diện với nỗi cực khổ của mỗi phút chịu đựng, lòng không một chút ta thán... Nhưng lúc gặp nhau ở Sài Gòn, hai thằng đem nhà binh ra nạo đến sát ván không chút nể nang. Bình Giả đói và khát hai ngày đến nỗi lính phải hút nước ở rễ cây, có tên uống phải rễ cây độc đứng tim chết. Kéo quân ra Phù Mỹ, uống một nón sắt nước ruộng nhưng lòng không phiền hà. Mười chín tháng Ba 1965 kéo về Sài Gòn đóng ở Đài phát thanh, cô-ca lạnh mát nuốt vào khó khăn không làm dịu được nỗi oi ả ở trong lòng.

Chính vì những cảnh đời đa đoan này mà tôi phải viết. Không viết thì phí đi, bạn bè bảo tôi như vậy. Thế là tôi viết, và đến bây giờ coi như xong, nhưng chắc rằng chưa đủ. Xem lại chợt thấy bùi ngùi và thương thân. Bao năm tháng tột cùng của cực khổ và gian nan, đầy dẫy tủi nhục để viết được chừng này? Thấy mình tội nghiệp lạ lùng. Rồi kết quả ra sao? Coi chừng lại bị đụng chạm, lôi thôi với chính phủ thì thật là khốn nạn! Người lính đánh máy hộ cảnh cáo.

Trong thời gian sau này, thường thường những giấc mơ của tôi cuối cùng dẫn đến một chủ đề - Nước. Tôi mơ thấy trời mưa, mơ thấy được tắm trong dòng suối, được vùng vẫy trong sông lớn. Kỳ cục hơn có hôm tôi mơ bị mắc cạn trong cống rãnh. Về mặt sinh lý người ta bảo đó là hiện tượng yếu thận, tâm lý bảo đấy là ý định muốn giải thoát - Có thể đúng như vậy, vì tôi đang yếu thận đồng thời luôn luôn có cảm giác "lạ" với đời sống này. Tôi không coi những ngày đang sống là sống thực. Sống bây giờ là sống gởi, cõi mơ ước nào đó mới là quê hương thật. Nhưng đúng chỉ là mơ ước, vì còn một nơi chốn nào khác ngoài cuộc đời ngặt nghèo này - Chỉ còn một cõi trong tôi. Nhưng thôi, *"tác phẩm"* khi đã xong có phần đời của nó - hai mươi sáu tuổi - tám năm lính để lại gia tài trăm trang giấy! Có một vị đắng ở đầu lưỡi. Nhưng nói cùng ai? Tôi cũng trốn tôi trong câu hỏi này.

Tuy nhiên khi viết xong, đọc lại thấy vừa lòng nhưng đồng thời một vài ý nghĩ thật lạ xảy đến.

Những ý nghĩ trong chiều mưa, mưa thật lớn trên đồi cao, gió thật mạnh, doanh trại vắng vẻ như bãi tha ma. Ngồi một mình nhìn ra khoảng không gian xám đặc... Con chim sẻ trốn mưa bay vào phòng đậu trên thành giường, sù lông rũ nước kêu lên những tiếng nhỏ thật cô đơn. Tôi cũng như con chim nhỏ trong chiều mưa này. Và từ đó thấy trong lòng những tình lạ thật thiết tha, hồn hậu như của những ngày vừa mới lớn.

Tôi thấy những điều viết quá hằn học, nhiều thù hận và độc đoán. Trước tiên đối với người Mỹ. Những sự kiện gần đây, cảnh hai phi hành gia bước chập choạng trên mặt trăng. Những bước đi đầu tiên của con người trên một hành tinh khác. Lẽ tất nhiên tôi không a dua theo một phong trào để hoan nghinh sự thành công của Apollo 11, đã từ lâu tôi không xem trọng thí nghiệm này. Chỉ có cảm phục khi nghĩ đến những công tác khoa học tinh vi và chính xác để ráp nối phi thuyền mẹ với Nguyệt xa, tiếng nói của những phi hành gia được chuyền thẳng về trái đất rõ mồn một. Trước thành công như trên làm sao tôi không hoan nghênh?

Nhưng tổng quát tôi vẫn không thán phục, kết quả cũng không có gì cụ thể để giúp ích cho một khối dân khốn cùng nằm dài trên hai cõi Á, Phi. Trong khổ cực của quê hương này tôi không thể nào quá ngưỡng mộ thành công ở trời xa. Nhưng tôi chịu nhất là thái độ phóng khoáng, cử chỉ hào hiệp của người Mỹ trong vụ này, họ đã hãnh diện dưới danh nghĩa - Một sự tiến bộ của nhân loại. Sự rộng rãi này làm cho tôi kính phục.

Ngoài ra một hôm có việc cần phải vào bệnh viện 3 Dã Chiến Hoa Kỳ, thấy một anh lính Mỹ đẩy chiếc xe trên có một anh khác bị thương ở chân, anh chàng đẩy xe cũng là thương binh, gầy ốm, tóc vàng hoe mọc dài xuống gáy, mang đôi kính cận thị dày cộm, nét mặt hồn nhiên và trẻ thơ. Và tôi đã nghĩ rằng khuôn mặt trẻ thơ đó, nếu đem biến thành đối tượng cho những nhận xét hằn học đầy thù nghịch của tôi thật đáng tội nghiệp.

Chiến tranh đã kéo y qua đất nước này, chịu đựng những khổ cực vượt ra ngoài ý niệm của người Mỹ, nay bị thương đôi mắt vẫn còn trong sáng và trẻ thơ - Dấu hiệu của tâm hồn chưa bị vấy bẩn bởi cuộc chiến này. Nhìn sự ngây thơ trung thực đó, nghĩ đến những phán đoán của mình quả độc đoán và quá độ.

Gần hai năm nay, mỗi ngày phải uống tám viên Névrosvitamin 4 để làm dịu xuống những bứt rứt hiện thành phản ứng không kìm hãm... Thiếu những viên thuốc đỏ đó, người tôi như nung trên một lò lửa đang đỏ, đầu óc muốn nổ tung, chân tay ít nhất phải đập phá một vật gì, tôi sợ tiếng động và chốn đông người một cách bất thường. Nhưng hai tháng sau này tôi bỏ được nhu cầu uống thuốc đó, suốt ngày đánh trần nằm trên bãi cỏ trước phòng ngủ, doanh trại hậu cứ hoang vắng một cách dễ chịu, phía xa những ngọn đồi Tăng Nhơn Phú chạy dài bình yên. Trong sự bình yên này, đọc lại những điều đã viết quá trớn, thấy ân oán giang hồ, đụng chạm đến nhiều giới.

Tôi muốn đưa cuốn sách cho những người nhỏ tuổi đọc, để dò xem phản ứng của những người chưa bị ảnh hưởng của chiến tranh, nhưng ngần ngại vì thấy những điều mình viết không trong sáng. Lẽ tất nhiên một cuốn bút ký không thể nào nằm dưới kìm kẹp của ý thức luân lý bình thường được, hơn nữa bút ký về cuộc chiến tranh nhọc nhằn. Nhưng nhìn thấy toàn bộ những điều đã viết chỉ có một nỗi hằn học, uất hận nên tự hỏi rằng có quá đáng hay không? Thấy đàn trẻ đi thi tú tài, nhớ lại mười năm trước cũng ở trong nguồn trong sáng đó, thế tại sao có những đổi thay tàn bạo và quá đáng như kia?

Tôi lại gặp Banh, nay là Luật Sư Bảo, người bạn cũ ở Đà Nẵng, gặp Banh để nhớ lại một cái Tết thật tang thương, 29 Tết 1958 qua 1959 không thức ăn - Hai mươi chín tết - thời gian thật khó thể đi kiếm một bữa cơm. Banh đạp xe trên hai mươi cây số về làng quê Quảng Nam xin mươi quả trứng vịt, và hai đứa đã đón xuân bằng những quả trứng trong suốt ba ngày Tết. Gặp Banh để nhớ rằng trong những ngày khốn khó đó, tôi vẫn luôn luôn thắp sáng cho mình ngọn lửa hy vọng và những tình cảm tốt đẹp.

Những sự kiện kể trên gây cho tôi cảm giác ngại ngùng khi đọc lại những điều ghi được của tám năm binh lửa. Không lẽ suốt đoạn đời này tôi chỉ có khốn khó và thù hận thôi sao? Từ đó phát sinh ra những ý hướng chối bỏ, như dấu chàm của một niềm tủi hổ, và ao ước được thấy điều mình viết mang niềm vui hồn nhiên trong sáng. Nhưng tám năm lính của tôi niềm vui quả thật ít, ít đến tội nghiệp khi đem so sánh với nhọc nhằn đằng đẵng.

Tám năm, thời gian gần bằng đoạn đời của gã nông phu Johann Moritz lang thang qua các trại tù của giai đoạn Âu Châu máu lửa, nhưng trước và sau tám năm đó, anh bạn Lỗ còn có những ngày vui hy vọng. Tôi có gì vui trước tám năm này và hy vọng nào về một Việt Nam hậu chiến. Nhưng thôi, có nói hoài thì cũng chỉ kéo dài thêm lời than thở hèn mọn. Điều mong ước là được xóa đi những hằn học và thù hận. Sự đụng chạm nếu có ở một vài đối tượng nào đó thì xin nghĩ rằng đây chỉ là những ý nghĩ của một người muốn chân thật với mình trong hoàn cảnh khắt khe. Lỗi không phải là ở sự thành thật đó. Đây là lỗi của một cảnh đời. Tội của những người trong chúng ta đã bất lực trước định mệnh, để bị cuốn trôi hết tình người - Thôi, đây là tội trong mỗi chúng ta.

9 Tháng 9 năm 1969

Long Bình, Việt Nam

sau tám năm ở lính

Tiếng Việt quả kỳ diệu... Có những chữ thật đơn sơ cũng đủ sức để tạo thành hình ảnh linh động. Những chữ với âm thanh tầm thường khô cứng như tiếng gõ vô nghĩa trên mặt bàn của một bàn tay nhàn rỗi, trong giây phút trống rỗng. *"Ở lính"* nghe buồn buồn, nhạt nhạt, vô nghĩa nhưng chất chứa chịu đựng ngặt nghèo lặng lẽ.

Tôi đã ở lính tám năm, sau thời gian đằng đẵng đó những danh từ to lớn như *"đầu quân, gia nhập quân đội, người chiến binh, đời quân ngũ"* hay thời thượng vụng về như *"tuổi lính, tuổi chiến trường"* đối với tôi vô duyên như sau lần gần gũi thô tục, nhạt thếch với cô gái đang xòe tay đợi lấy tiền.

Tôi ở lính tám năm, năm nay hai mươi sáu, đi lính năm mười tám. Suốt tám năm của thời lớn lên tôi đem tặng hết cho quân đội, và không phải đến bây giờ vì thất vọng, chán nản do công danh không toại ý, cuộc sống bị ép buộc không đúng như mơ ước nên cay cú hằn học với nhà binh. Không như vậy, tôi đi lính năm mười tám tuổi vào học trường tình nguyện ra làm ông quan Một. Chẳng có ai lôi kéo tôi vào trường ấy, tôi tự động hăng hái, hãnh diện để trở thành một sinh viên sĩ quan với ý nghĩ đã chọn đúng cho mình hướng đi, một chỗ đứng dưới ánh mặt trời.

Tôi có những rung động thật thành thực khi đi trong rừng thông, hương nhựa thông toả đặc cả một vùng đồi, sung sướng vì thấy đã đưa tuổi trẻ vào trong một thế giới có đủ mơ mộng và cứng rắn, một thế giới pha trộn những ước mơ lãng mạn hào hùng... Chuyển quân đi trong sương đêm, giữa mây mù, ánh lửa mục tiêu đêm đông trong hốc núi hoang vắng, thế giới mạo hiểm giang hồ của Jack London phảng phất đâu đây. Tôi say mê, thích thú với những khám phá mới mẻ đó. Nắng cao nguyên những ngày cuối năm vàng tươi rực rỡ, đứng ở đồi nhìn xuống hồ suối Vàng trong vắt yên lặng... Người như muốn tan vỡ thành muôn ngàn mảnh nhỏ theo cơn gió bay chập chờn qua vùng đồi trùng điệp và loãng tan đi cùng nước hồ xanh ngắt.

Cũng phải nói thật những ngày đầu đời lính của tôi đầy trong sáng và đẹp đẽ. Trong sáng như giấc mơ của tuổi mười chín, giấc mơ mù mờ giăng cánh chim trắng bay chậm rãi qua rừng thông... Nhưng đời sống nhà binh không hẳn chỉ vậy, nó còn có sĩ quan cán bộ, nghi lễ, có đủ những phiền toái hỗn độn mà đời sống dân sự không ai nghĩ ra được; nên khung trời đầy sương mù bí ẩn ngoài khung của sổ hiện ra như một thách thức đối với đời sống kìm kẹp của tôi hiện tại.

Đây cũng là một thời gian thật khủng hoảng, mỗi đêm nhìn về phía thành phố đầy ánh đèn tôi không ngủ được, tưởng như có một tiếng gọi của đời sống ở bên ngoài quân ngũ đang nhắc nhở thúc giục, một đời sống thực sự tôi không có. Từ khung cửa sổ nhìn những giàn đồi im lặng thấp thoáng giữa thung lũng sương mù và đằng xa ánh đèn xanh vườn Bích Câu ma quái, diễm ảo, tôi thấy rõ trong tôi nỗi cô đơn khủng khiếp hiện hình sừng sững.

Những lúc ấy tôi thấy được con người thật của mình, một gã trai trẻ, vô định hướng. Những cười đùa ban ngày, những buổi học, bữa ăn tập thể không ảnh hưởng gì đến con người trong tôi. Không thể có được một ý niệm về chuyên môn quân sự mà bằng tất cả mọi cách nhà trường cố nhét vào trong đầu óc. Đội hình tác chiến, cung cách chỉ huy, chi tiết kỹ thuật về vũ khí trôi qua trí não mơ hồ như một cơn gió nhẹ.

Hai năm sống ở mái trường đó như một cơn phiếm du. Chỉ thật thắm thiết rung động khi nửa đêm về sáng dưới ánh đèn pha vọng gác kho đạn tôi khám phá được thế giới của cây cỏ đang thở, đang lớn lên. Những giây phút khoảng năm giờ sáng, sau phiên gác, nhìn xuống phòng sĩ quan trực, người lính kèn im lặng đưa lên môi thổi hồi kèn báo thức. Và không gì hơn suốt ngày chủ nhật một mình một ngựa chạy như bay vào hướng đồn Daksard. Con đường đỏ còn ướt sương đêm, trời chưa tan hẳn sương mù, ngựa phi như gió cuốn, ngựa đi vào trong một vùng mù đặc, rừng thông chuyển động ào ào, cả trời cao nguyên tan biến chập chờn theo vó ngựa.

Kết quả sau hai năm ăn nhờ chánh phủ tôi được trở thành ông quan một, ra trường đi binh chủng hung hãn nhất.

Tôi biến thành một người lính thực thụ, trận lớn, trận nhỏ, chiến dịch hai tháng, ba tháng, dài ngắn, từ Sài Gòn ra Bến Hải, tôi đi đủ. Những địa danh xa xôi, bất kỳ một xó xỉnh hẻm hóc nào của miền Nam này tôi cũng có thể biết rõ một cách tường tận. Từ những miền nổi tiếng như Khe Sanh, Cồn Tiên đến những làng nhỏ từ cửa Việt đi ra - Diêm Hà Trung, Diêm Hà Nam - cái làng nhỏ cuối thung lũng sông Kim Sơn, làng Hà Tây, đèo ông Hổ đổ xuống Phù Củ ra Phù Ly, Phù Cát thẳng đến biển là núi Lồi, đầm Trà Ô, xuống phía Nam, đầm Nước Ngọt. Lên đến Pleiku, trực thăng vận xuống phía Nam biên giới Lào-Việt, đầu ngọn sông Ia-Drang... Đâu đâu tôi cũng đến.

Năm thứ nhất, thứ hai, thứ ba tôi sống thoải mái, vì đã đi đủ, nhìn đủ. Tôi cũng chấp nhận cho sự góp mặt ở chiến cuộc, góp mặt để chấm dứt chiến tranh. Thắng bại không kể, nhưng cốt yếu là không ở ngoài, không chạy trốn trong khi bạn bè những người cùng trang lứa đang tham dự, đang ngã chết. Dù chết bên này hay bên kia, chết trong thù hận hay chết tình cờ.

Những người đi tìm cái chết để biện giải cho đời sống. Tôi tham dự vào cuộc hành trình khốn nạn này. Giải thích này làm tôi yên ổn. Cũng trong những tháng năm đẳng đẳng gian khổ ấy, tôi khám phá ra được hạnh phúc của đời người. Hạnh phúc thật sự không có, chỉ có những hạnh phúc tương đối và giản dị.

Hạnh phúc là bếp lửa thật nóng, bữa cơm có canh, một mái lều tranh không dột, căng được chiếc võng, uống ly cà phê, đọc tờ báo, sau năm ngày vượt ba mươi cây số đường rừng, rừng thật dầy không thấy trời, trong rét cóng của miền Trung vào những ngày cuối năm.

Hạnh phúc nồng nhiệt khi trở về nhà trong đêm khuya gõ cửa, vợ ra đón với con nhỏ ba tháng, kể từ ngày sinh chưa được nhìn bố.

Hạnh phúc là cái gì chắc chắn, nắm được ở trong tay khi cánh cửa chiếc phi cơ đóng lại và thân thể được nhấc lên trong độ cao, nhìn lại thành phố Huế đang âm ỉ cháy.

Đấy - đời lính - đã dạy cho tôi biết được giá trị của những sung sướng tầm thường đó. Chỉ có thế mà tôi phải trả giá trong tám năm thật dài với tận cùng của khổ cực và căng thẳng. Nhưng đến hôm nay, bước vào năm thứ mười hai đời lính (Lần in thứ hai, 1972) tôi lại rơi vào sự khủng hoảng của những năm đầu tiên. Nỗi khủng hoảng tàn tệ tội nghiệp gấp vạn lần trước.

Thời gian ở quân trường, tôi còn có thế giới kỳ ảo thiên nhiên, những ngày mới ra đơn vị, tôi tham dự để biện minh thái độ dấn thân, lao vào lửa đạn không thắc mắc, không ngần ngại - Tôi dấn thân để tìm kiếm niềm an ủi do tham dự hết lòng, đồng thời còn có điều khôn ngoan đã tìm ra những hạnh phúc tương đối - Loại thực phẩm trần gian hợp với khẩu vị. Nhưng đến những tháng ngày hôm nay thì quả thực tôi bất lực. Bất lực để giải thích cho chính bản thân, sự có mặt tham dự trong dòng đời hỗn loạn và mệt nhọc này. Những chốn trú ẩn xưa bị phá vỡ tan hoang, nếu không nói đến những phản ứng trái ngược đã xảy ra.

Trên đường đi đến Lái Thiêu, vườn dừa xanh ngắt, hoa huệ trắng tỏa hương thơm ngát không gợi nên một thiên nhiên an lành mơ mộng nhưng trái lại như một đối tượng đang phải chịu sự tàn phá sắp tới của chiến tranh; một đối tượng đau đớn của thiên nhiên không được thụ hưởng sắp sửa bị tiêu hủy. Những ngày dài hành quân không gây thích thú, không tạo mới lạ, chỉ còn lại chịu đựng... Chịu đựng im lìm trong một niềm bất mãn đến ngộp thở.

Tám năm lính, tôi hai mươi sáu tuổi, số tuổi gần ba mươi, không bạn bè, xa bằng hữu, số tuổi của nỗi cô đơn kinh khiếp biến con người hững hờ, tàn ác như một lát dao. Tôi hai mươi sáu tuổi để thấy rõ cái mặc cảm phạm tội trước kia chỉ là một ảo tưởng xa xỉ của tuổi mới lớn, ảo tưởng về trách nhiệm con người đối với nhau. Tôi hai mươi sáu tuổi đủ để nhận rõ rằng: Hạnh phúc quả là một vật ít ỏi tương đối, nhưng nếu mua bằng giá của đời sống mình thì thật vô lý.

Đành rằng sống chẳng là một cái gì rực rỡ nhưng nếu đánh giá đời sống bằng khổ cực và cái chết thì thật là một việc rồ dại và ngu xuẩn. Như vậy tôi hai mươi sáu tuổi có được gì? Tôi có được một cái nhìn thông suốt hết cả. Nói như thế có vẻ tự kiêu và lố bịch. Nhưng nếu trung thực hơn: Sau tám năm ở lính, tôi hết còn là vùng đất để thí nghiệm và chịu ảnh hưởng. Tám năm ở lính để biết mình là một cánh chim tự do nhưng đã bị chặt cánh. Chính thương tích này làm sáng tỏ khả năng tự do bi đát của đời người.

Gần đây báo Sống tục bản dưới hình thức báo Công Chúng có đặt câu hỏi: *Người thời đại nghĩ gì? Trong đó có nêu lên chi tiết ai là thần tượng cho tuổi trẻ hôm nay?* Tôi hai mươi sáu không trẻ lắm nhưng chưa già, cố tìm cho mình một thần tượng? Không có, làm gì có thần tượng cho tuổi trẻ khốn khổ của tôi. Làm sao tôi có được một thần tượng sau tám năm đằng đẵng đầy thù nghịch và ngặt nghèo. Người ta chỉ tìm được thần tượng khi lòng còn rung động. Bây giờ tôi có rung động nào trong tâm hồn?

Năm vừa rồi đi đưa đám tang những thằng bạn

thân, chỉ thấy trong lòng một thoáng bâng khuâng, chả bù trước đây tôi ôm xác của Phương, của Dũng chạy như điên trên sườn đồi nước mắt chảy dài trên má. Chiều trở về chỗ đóng quân nhìn chiếc võng của người chết tưởng chừng như thân thể sụp xuống tan đi trong vũng buồn phiền. Bây giờ tôi làm sao khóc được, làm sao để phẫn nộ, để nhớ thương, để mong ước.

Thần tượng bây giờ là gì? Lãnh tụ? Lãnh tụ cỡ nào? Nhìn ảnh phó Tổng Thống Humphrey trong báo US News & Report cùng những câu trả lời của ông ta trong thời kỳ tranh cử Tổng Thống. Cái mồm nhỏ, trán hói, vẻ trai trẻ giả vờ khi xắn quần chạy trên bãi biển thấy ngượng ngùng đến khó chịu. Hay loại chính khách local?! Ồ thần tượng cái khổ nào ở thứ lãnh tụ và chính khách hạng nhì này... Hay là Mao Trạch Đông? Không được nốt, cái mặt ị, đôi mắt ti hí, cuốn sách nhỏ chỉ hú hồn được thanh niên ở các nước Tây phương.

Tôi cố tìm suốt một dãy các danh nhân còn sống hay đã chết để tìm cho được một người để ngưỡng mộ. Churchill? Cũng không được, đọc Mémoire của ông ta, cuốn *L'Étau se referme* không chịu được thái độ bất nhân đối với Nam Tư. Đến Exodux thì người Anh, ôi cũng là lũ thực dân. Nhớ đến lần hành quân ở Long Khánh thì Úc hay Anh cũng vậy, cũng là *God save our King*. Chả ra cái thể thống gì.

Thế thì hết. Hết tiệt cái thế kỷ thần tượng, vì nếu quả thật còn một chút thần tượng nào vất vưởng ở trên hành tinh này thì Jackie đã không xóa tan hình ảnh ông chồng rực rỡ để đi theo ông thương gia có phòng tắm lót vàng. Sống bên cạnh một thần tượng còn cho thần tượng đó *"de"* thì huống gì tôi, một kẻ da vàng xa xứ của ông thì ngưỡng mộ gì ông được, hở ông Kennedy?! Đó là chưa kể đến nỗi hằn học mà ông Bob Kennedy để lại trong lòng những người lính Việt Nam. Hay thần tượng ở một anh nhược tiểu? Ché Guévara cũng không được. Đây chỉ là một loại James Bond cộng với Trần Độ mà thôi.

Tóm lại tất cả thần tượng đều bị chôn chặt, bị cuốn hút, bị xóa tên, chỉ còn lại một vài thần tượng què quặt trên óc não bệnh hoạn, yếu đuối của một số người chưa sống đủ, thần tượng của những kẻ nổi loạn thành phố, những kẻ mang tâm trạng "bão tố trong cốc nước" những gã Mỹ con tóc dài, hippy, biểu tình chống đối trước trường Sĩ Quan Trừ Bị Hoa Kỳ.

Sau tám năm ở lính, tôi mệt mỏi vô ngần.

Đến Đơn Vị Mới

Ném chiếc va ly vào lòng xe GMC, tôi hì hục leo lên trước những cái nhìn soi bói của mấy người lính.

- Mẹ kiếp, lính tráng gì mất dạy thế này, ít ra mình cũng là sĩ quan mà nó coi như cục đất thó.

Tôi nghĩ thầm trong bụng. Lên được xe, sửa lại thế ngồi thật chững chạc, lột chiếc nón đỏ nhét vào ngực, tôi lướt mắt một vòng nhìn đám lính ngồi trước mặt. Những đôi mắt đều lãng tránh. Một anh lính nhỏ bé từ chiếc băng đối diện lân la qua hỏi chuyện:

- Thiếu Úy mới ra trường?

- Ừ.

- Thiếu Úy trẻ quá?

- Trẻ là làm sao? Trẻ quá không đi lính được à?

- Dạ...

Người lính bối rối cười cười. Tôi nhìn xuống bộ kaki vàng đang mặc, so sánh với màu vải ngụy trang tác chiến hoa của họ, thấy một xa cách.

Xe chạy ra xa lộ hướng về Biên Hòa. Tôi đi trình diện đơn vị mới, Tiểu Đoàn 7 Nhảy Dù. Thế là lính thực thụ rồi, không còn là lính cậu nữa, đã đến lúc trả nợ áo cơm cho nhà binh. Toàn thể khung cảnh chung quanh có vẻ lạ lùng. Từ một chỗ đông bạn bè cùng lứa tuổi, doanh trại đẹp đẽ to rộng, tất cả đời sống ngay thẳng, trang trọng và trẻ trung. Bây giờ tôi đến đây, xách chiếc va ly đi giữa hai hàng lính Nhảy dù, áo quần mới trông vào đã ghê, mặt mũi anh nào anh nấy đen như một đôi giày bị lấm bùn. Khi thấy tôi đi qua, mọi người nhìn soi bói chế riễu.

- Đ...m... Trông như thằng con nít!

Chết rồi, lính đã đánh giá mình như vậy thì chỉ huy thế nào được. Tôi cố đi nhanh hơn, đến chỗ văn phòng Tiểu đoàn trưởng. Trình diện xong, về đại đội trình diện Đại đội trưởng. Giờ cơm, lại một màn giới thiệu với toàn thể sĩ quan tiểu đoàn. Bỏ bố rồi! Chẳng có anh nào bằng cỡ tuổi, anh trẻ nhất coi bộ lớn hơn bốn, năm tuổi với vẻ nghiêm nghị. Sống thế nào được trong thế giới lạ lùng này, biết bao giờ mới tạo thành thói quen?! Ôi cái đơn vị mới gây cho tôi mệt nhọc biết bao!

Buổi chiều, vài sĩ quan rủ ra Biên Hòa chơi, tôi chui vào chiếc xe của bác sĩ Đạm đi cho biết. Thành phố nhỏ bằng hộp quẹt cả toán không biết đi đâu, đồng ý vào quán rượu ở gần ga. Đến chai bia thứ ba tôi không còn biết gì nữa, có cánh tay nâng tôi ra xe... Thành phố nhỏ bé, xôn xao chuyển động. Tôi thò đầu ra khỏi cửa nôn tung tóe, nắng làm nhức cả mắt. Khi về đến phòng ngủ, chiếc giường sắt mới lãnh chỉ dựng được hai chân, ném tấm nệm dơ như đống rác lên đó... Tôi ngã xuống trong cơn say, nhưng biết lòng mình đang phiền muộn. Buồn lắm!

Chiều nay là thứ bảy, tôi đã ở được bảy giờ trong đơn vị mới, cởi áo bước ra hiên, doanh trại vắng vẻ lá cao su rơi xào xạc, người lính kèn thổi bài kèn hết việc, bóng đổ dài trên sân cờ. Tôi cô đơn lạ lùng!

Tháng 11 năm 1963

Biên Hòa

Thư từ nhà - Ảnh Nguyễn Ngọc Hạnh

Những Đường Bay
Đầu Tiên

Tiểu Đoàn được chuyển vận từ Long An bằng tàu FOM theo sông Vàm Cỏ Tây, đến ngã ba nơi gặp sông Vàm Cỏ Đông, theo nhánh sông này đi ngược về phía Bến Lức. Tàu đi trong giòng sông đầy sương mù, trời chưa có nắng, nước sông mênh mông. Tôi ra đứng ở mũi tàu, gió thổi lộng, những buồn bực của tháng ngày hậu cứ như trôi đi, những tháng ngày dạy lính, quân phong, quân kỷ, mệt mỏi như cơn buồn ngủ trong trưa nắng.

Đến khoảng xã Long Sơn, quận Cần Đước tàu đổi hướng cập vào bờ, lính ùa lên... Bỏ bờ mẫu lội ngang ruộng mà lên, coi chừng mìn... Lấy đà từ sàn tàu tôi nhảy lên đám lau sậy, dừa nước ngổn ngang. Bám được vào một bờ đất leo lên. Giàn đội hình hàng ngang, trung đội tiến lên khoảng hai trăm thước, dừng lại bố trí đợi đại đội lên sau. Cởi nón sắt ngồi xuống trên một mô đất nhìn ra xa, ruộng miền Nam thật đẹp, màu xanh dài bất tận, lúa khỏe mạnh, thơm nồng nàn... Chẳng bù với miền Trung, quê hương tôi, không có đất, chỉ có cát, cát mệt mỏi và cằn cỗi, không phải những bờ cát vàng đẹp đẽ của bãi biển trưởng giả, cát của quê tôi xám xịt, loang lổ đây đó dăm ba cụm xương rồng, vào mùa hạ gió Nam thổi luồng như đốt lửa, con trốt lớn chạy dài lừng lững như bóng ma.

Tiểu đoàn chia làm hai cánh quân đi song song với con lộ đất đỏ. Tuyệt đối không được đi trên bờ ruộng. Cứ nghe hoài hoài một lời dặn dò.

- Du kích vùng này nổi tiếng gài mìn, thiếu úy thấy gì lạ thì đừng đụng vào.

- Tao biết rồi, mày lo cái thân mày trước đi.

Đến giờ này đám lính vẫn xem tôi như là một *"mặt mới"* đợi có dịp để lên mặt rành rẽ. Tôi kiểm soát lại hướng đi bằng địa bàn và bản đồ, kêu anh Trung sĩ trung đội phó:

-Trước mặt khoảng năm cây số có cái đồn phải không?

Tôi nói trống rỗng, vì nếu dùng tiếng *"mày, tao"* thì tội nghiệp cho y, nhưng nếu gọi anh hay ông thì y lại coi thường. Nhà binh mệt nhọc thế đấy!

- Vâng, có đồn Long Sơn.

- Đồn còn người giữ không?

- Nghe nói hình như còn và vừa bị đánh nên tiểu đoàn mình đi hành quân vùng này để truy kích.

Đúng là một loại lính cũ, luôn luôn dóng tai lên để rình rập nghe ngóng tất cả, ẩn dấu sau một nét mặt lầm lì không nói. Tôi tưởng câu hỏi cốt để gây thêm tự tin, hóa thành một đòn phản lại. Viên trung sĩ đi ra xa, mặt thoáng vẻ hài lòng.

- Anh ra coi lại thẳng vác đại liên, phía trái mình không có quân bạn. Tôi nói với.

Khoảng bốn giờ chiều, đoàn quân đi ngang đồn Long Sơn, những người lính nghĩa quân đứng trong hàng rào nhìn ra ngơ ngác. Họ nhìn toán quân chúng tôi như điều mới lạ đến từ nơi đầy ánh sáng. Bao nhiêu lâu sống trong chiếc đồn trơ trọi này, họ đã thành những kẻ thật xa với thế giới bình thường. Chiếc đồn chỉ cách quốc lộ hơn mười cây số đường chim bay còn thê thảm như thế, huống gì những tiền đồn ở cao nguyên, ở cuối cùng một cửa biển thì như thế nào? Tôi đâm ra hằn học với tự tin ngạo mạn của lính tôi.

Đóng quân đêm. Tôi nghĩ mênh mang. Chiến tranh là vô ích như thế, từ một nơi xa xăm đến để chết, ăn, ngủ trên một vùng đất lạ. Nhớ đến tấm ảnh trong cuốn Guerre Morte... Một anh lính Pháp ngồi đun nước với lời chú: *"Jean ne fait rien dans la guerre, subitement, il mort"* (tạm dịch, *"Jean chẳng làm gì cả trong cuộc chiến, hắn chết đột ngột"*). Tôi chỉ ở qua một ngày trong chiến tranh, và như vậy còn rất lâu mới có kết thúc. Những ngày sau tiếp tục. Long Sơn rẽ phải, lên Đông Bắc là Rạch Kiến, phố chợ hoang vắng, chiếc cầu bắc qua con kinh bị đốt cháy sáu ngày trước còn loang lổ vết than. Có một tiệm bán nước ngọt với đá, tôi uống một hơi ba ly, không biết là chanh muối, sirop hay cái gì... Chỉ biết đây là nước đá.

- Làm sao người ta mua nước đá được?

- Người ta mua từ Cần Giuộc, Cần Giuộc đi Chợ Lớn rất dễ dàng. Người lính đứng bên cạnh tôi trả lời.

Cần Giuộc, một địa danh nghe lạ hoắc. Miền Nam

này thật lạ lùng, một nơi chốn đầy dẫy chết chóc vẫn có những quán cóc bán đồ nhậu, sạp bán báo, khốn nỗi chỉ bán toàn loại báo hạng bét, trang trong nói chuyện đào kép cải lương. Tuy vậy, tôi cũng mua một tờ xếp vào túi quần, chút thành phố có ở trong đây.

Một tuần đi qua không có gì, biến cố duy nhất mỗi ngày là binh sĩ đi Khinh binh thường vướng phải mìn. Việt Cộng thật tinh quái, họ gài mìn vô cùng khôn khéo, dò biết lính đơn vị tôi không đi trên bờ ruộng nên mìn được gài ngay trong bụi rậm ở bìa làng rồi giăng dây thật dài. Lính vào làng phải dàn hàng ngang để dễ dàng khi xung phong tất nhiên phải vướng dây bẫy. Được an ủi, mìn là loại nội hóa do du kích chế tạo chẳng làm chết được ai. Số thương binh được di tản không có người nào bị nặng. Mỗi lần có tiếng nổ ở đầu hàng quân, binh sĩ ở đằng sau tỉnh bơ, la lối ầm ĩ...

- Rồi một con đã đi!

- Đ.m.. Lại một thằng được ăn Tết ở nhà.

Người thương binh được di tản lui về đằng sau, ngang qua đồng bạn khi bị trêu chọc còn há mồm để chửi lại.

- Bị vào chân mà về *"chọi"* là rút gân nghe con, ráng bảo bà xã nhịn đi.

- Mẹ mày...

Lời nói buồn cười xóa tan vẻ bi thảm của dòng máu đang chảy. Đôi khi tôi cũng muốn bị nhẹ một phát vào chân. Nhảy dù gì đi ngang dọc hoài, chán bỏ mẹ!

Ngày thứ tám của cuộc hành quân, khi tiểu đoàn tiến qua rạch Long Sơn, chiếc cầu bằng sắt đã bị giựt sập. Đại Đội 72 đi đầu chỉ định một trung đội tiến sát bờ sông để tìm phương tiện vượt sông. Ầm, một tiếng nổ thật lớn, cột nước bắn cao lên hơn mười thước, có tiếng súng bờ bên kia bắn qua, súng Việt Cộng.

Lần đầu tiên tôi nghe tiếng súng của đối phương... Cắc... cù... Tiếng đạn rít trong gió. Tôi thoáng một giây sợ hãi cứ tưởng chừng như viên đạn vô tình đang bay về hướng mình. Và phản ứng thật tự nhiên: Thấp hẳn người xuống. Lẽ tất nhiên tôi không đến độ nằm bẹp xuống nhưng rõ ràng có một phản ứng không báo trước kéo thân thể thấp xuống, nhỏ lại. Nhỏ hơn nữa... Súng của Việt Cộng tiếp tục nổ dọc theo con đường chúng tôi đang di chuyển.

- Trung đội bố trí phía tay phải. Tôi hét lớn.

Toàn thể trung đội nhào xuống một chiếc rạch nhỏ trông sang cánh đồng. Tôi yên tâm vì đã đứng được trong lòng đất. Đất, vật che chở cho con người trong những giờ phút nguy nan. Chạm phải bờ cỏ ướt, tôi có cảm giác như ôm một vật thân yêu. Cảm giác này sau này trong những giờ phút ngặt nghèo nhất, tôi được thấy lại. Mỗi lần vào được trong một chiếc hầm, tôi cảm thấy tự tin hẳn lên, tin tưởng mình có thể sống sót được trong hết mọi hoàn cảnh. Một nhân vật của Georghiu trong *La second chance* khi biết mình sắp chết trước họng súng của bọn sát nhân đã có lực sống mãnh liệt: Tự dùng tay để đào cho mình một chỗ trú ẩn, chết khi tay còn giữ nắm đất! Đất cao cả và nhiệm mầu bao nhiêu.

Trận đụng độ kéo dài chừng nửa giờ, du kích tháo chạy, chúng tôi vẫn chưa qua sông, tôi đi về phía đại đội chỉ huy. Bác Sĩ Đạm đang băng bó cho thương binh, một xác chết được gói vào poncho, cột chặt bởi hai vòng băng cứu thương, gọn gàng và im lìm. Lần đầu tiên tôi đứng gần thấy ma... Người chết trong chiến tranh đấy. Trở về chỗ bố trí của trung đội, thấy cần thiết một điếu thuốc hơn bao giờ hết.

Đêm xuống, hào hứng của những ngày đầu hành quân không còn nữa. Tôi chưa quen với đời sống hung bạo và nhàm chán này. Những người lính xung quanh, sau khi căng võng, nằm phì phèo điếu thuốc mãn nguyện trong im lặng. Tôi chưa quen với điếu thuốc và niềm lặng lẽ cô đơn đó, tôi còn là thanh niên đang lớn, cần có bè bạn, cần người để tâm sự, những tâm sự tầm thường, những vụn vặt tình cảm... Ở đây không có bạn, trong không khí lặng lẽ đầy đe dọa, tôi cô đơn như cây nhỏ trong chiều mưa.

Mười lăm ngày qua, nhận được lệnh đi học lớp Rừng Núi Sình Lầy ở Dục Mỹ, Ninh Hòa, một lớp học hành hạ thể xác và đầy đọa tinh thần con người. Lúc ở trong trường tôi đã qua trung tâm này trong ba tuần lễ, đã biết thế nào là một lớp học kéo dài trong cực nhọc với thời gian hai-mươi giờ trong một ngày. Nhưng đối với hoàn cảnh bây giờ, tôi không đủ kiên nhẫn để kéo dài sức chịu đựng trong loại hành quân này. Sao cũng được, miễn là đi khỏi vùng đồng ruộng đã bắt đầu quen thuộc. Khi chiếc xe qua cầu Gò Đen thấy Sài Gòn hiện ở xa, đột nhiên tôi muốn đập phá một cái gì...

Về đến hậu cứ, đúng cung cách của một tên lính, tôi đi đến khu gái điếm ở cuối phố, âu đó cũng là một thói quen. Tôi cần tập nhiều thói quen của đời sống này. Trên chiếc xe đi về Sài Gòn, tự nhiên thấy già - Già hẳn đi...

Tháng 1 năm 1964

Long An

Người chết
Dưới chân chúa

Sông Tiền Giang mênh mông như bể, chiếc phà lớn chuyên chất ba GMC, vài chiếc xe du lịch, bềnh bồng mang chúng tôi qua sông lẫn với đám hành khách áo quần màu sắc. Họ dồn về một phía, nhìn lũ người gươm đao thật xa cách. Tôi ngồi trên mui tàu thả từng mẩu giấy vụn xuống dòng nước, trí não lãng đãng như bọt sóng.

Đoàn xe rời Quốc Lộ 4 rẽ về phía phải theo con đường đỏ hướng phi trường Trúc Giang. Qua ngôi trường tiểu học quận, một dẫy quan tài sắp lớp, mùi thây chết bốc lên ngây ngấy. Biệt Động Quân, Tiểu Đoàn 41. Nghe nói hình như tiểu đoàn trưởng hay tiểu đoàn phó tên Túc, Khóa 14 Đà Lạt bị chết. Lính ở trên xe xì xầm bàn tán với vẻ thản nhiên. Họ không biết chiến trận đã đến hồi khốc liệt, nên chiến đoàn Dù gồm tiểu đoàn chúng tôi và một tiểu đoàn bạn đã có mặt tại vùng hành quân từ ngày trước.

Đến phi trường nơi đặt bộ chỉ huy của khu chiến thuật Tiền Giang, trung tâm hành quân của cuộc hành quân, chúng tôi được lệnh ngủ tại đây để chờ ngày mai trực thăng vận vào vùng hành quân. Tôi chưa được dự trận lớn, nên không có ý niệm về những gay go sắp đến trong ngày mai, bình thản ngủ một giấc yên lặng với kết luận: Trực thăng vận đối với Nhảy Dù chỉ là trò đùa, không có gì mới lạ.

Ngày 22 lúc 8 giờ, hai pháo đội đặt ở phi trường hướng súng về bãi đáp nhả đạn liên hồi để dọn bãi. Lấy cái chết của phe địch để làm an toàn cho phe mình, luật của chiến tranh quả tàn khốc. Tiếng súng dọn bãi vừa dứt, ba mươi chiếc trực thăng đồng bốc lên một lượt mang hai Đại Đội 71 và 72 vào trận địa.

Báo cáo xuống bãi tốt, bình yên. Phần còn lại của tiểu đoàn được trực thăng vận tiếp theo. Toàn bộ tiểu đoàn đã xuống đủ, hai Đại Đội 71 và 73 dẫn đầu đơn vị, di chuyển được mười lăm phút. Súng nổ! Đụng rồi! Đụng rồi... Lính dáo dác, máy truyền tin chuyển lệnh nghe loạn xạ. Phía trước tiểu đoàn súng nổ lẫn lộn, tiếng khô và cứng của ta, sắt nhọn của địch...

Đại Đội 72 rút lên bố trí về phía phải của Đại Đội 73. Lệnh cho đại đội chúng tôi lên thật nhanh. Ngang qua chỗ đứng của thiếu tá tiểu đoàn trưởng, một tiếng nổ thật lớn nháng lửa ngay trước mặt, quả đạn 57 ly nổ ngay khi ra khỏi nòng, người phụ xạ thủ bắn tung ra đằng sau, một bàn tay bị đứt. Tiểu đoàn trưởng hét lớn qua màu khói... Trung đội anh chạy ra cái nhà tranh...

Như vậy là đụng độ lớn, người bị thương nằm la liệt ở dưới các rãnh dừa nước. Toàn đang đứng trong một giao thông hào chỉ trỏ quát tháo. Phía tay trái nơi xa có tiếng lựu đạn nổ và tiếng hô xung phong. Trung đội tôi ép phải, hướng tiến bây giờ thẳng góc với các con kinh nhỏ, nên chúng tôi chỉ có thể nhảy từng bước thật dài trên bờ kinh, một cái nhảy hụt tôi rơi vào đường mương cùng với hai người khinh binh. Bám cỏ bò lên, xác hai tên Việt cộng nằm tênh hênh, một xác bị banh nát ngực, xác kia nằm sấp, không rõ... Người chết, lần đầu tiên tôi chạm phải - Một thây chết của đối phương.

- Lên đi tụi mày, thằng nào trốn đàng sau tao bắn gãy giò...

Tôi quát tháo cũng ra gì, mấy người lính đi chậm dớn dác tìm lối qua rạch. Họ không nhảy qua được vì mang đồ quá nặng.

- Đ.m.... Nhảy qua được không? Thường ngày sao liếng xáo quá cỡ, hôm nay lại chậm như rùa.

Tôi chửi mắng om sòm. Trung đội đến bờ làng dừng lại bố trí trông ra cánh đồng trống. Ngồi dựa vào một gốc dừa, tôi thấy mệt vì phải quát tháo quá nhiều, nhớ lại lời chửi tục. Tôi đã thành một người lạ nào đấy. Địch từ phía trái chạy vọt qua, bóng áo đen ẩn hiện đàng sau rặng dừa xanh bên kia cánh đồng. Bắn! Bắn! Trung đội tôi khai hỏa ròn rã. Một vài bóng áo đen ngã xuống. Hơi thuốc súng, hơi bùn lầy, máu người chết xông lên ngây ngấy.

Sáu giờ chiều, tiếng súng phía bên trái, hướng Đại Đội 71 hoàn toàn chấm dứt, trực thăng tải thương bắt đầu đến, khói màu xanh làm dấu bãi đáp bốc lên mờ mịt làm đặc không gian đang ngã vào đêm, rừng dừa màu xanh thẩm lại. Tiếng súng vu vơ của địch bắn lên máy bay khi tháo lui. Tôi ngồi dựa gốc dừa, mệt mỏi đến tột độ, một tên lính mò lại bên cạnh.

- Thiếu úy ăn cháo gà?

- Cháo gà?

- Dạ, em bắt được, nó còn ấp trứng...

- Thôi mày cho tao quả trứng, tao ăn cháo không nổi.

Khi lính trong trung đội xuỵt xoạt ăn cháo, tôi đi lui về phía xác hai tên Việt Cộng. Tên nằm sấp bây giờ lật ngược lại, có lẽ đấy là cử động cuối cùng của nó trước khi chết. Tôi đặt tay lên da người chết lạnh tanh. Đêm xuống, chúng tôi trải poncho nằm trên bờ rạch, không cởi giày, địch có ý tấn công lại nên phải đề phòng.

Tiểu đoàn tiếp tục truy kích, hôm nay đại đội tôi đi đầu, trung đội tôi dẫn đầu đại đội, chúng tôi đi dọc một con kinh lớn, rừng dừa xanh ngút tầm mắt, thôn xóm trù phú nhưng không một bóng người. Chúng tôi dè dặt từng bước đi.

- Hầm có dấu chân người! Tản rộng ra chung quanh, một người đến xem mà thôi. Tôi ra lệnh.

- Ai ở dưới, đi lên!... Im lặng...

- Lên không tao ném lựu đạn xuống! Thiếu úy, cho em ném lựu đạn xuống. Tên lính hỏi ý kiến.

- Không, mày bắn xuống mà thôi.

Tên lính lanh lẹ bắn xuống một tràn Thompson, có tiếng rên khe khẽ.

- Lên không bắn nữa. Đưa tay lên trước...

Tôi nín thở, một chiếc đầu bạc phơ từ từ nhô lên khỏi miệng hầm, ông lão bế một bà lão lên theo. Vừa ra khỏi hầm ông lão chấp tay xá bốn hướng xụt xùi khóc lóc, bà lão nằm vật xuống, ở đầu có một vết thương.

Đến buổi trưa, tôi hoàn toàn kiệt lực như một

mũi tên rơi xuống cuối đường bay. Hình ảnh hai mái tóc bạc nhô lên từ miệng hầm, nét mặt hốt hoảng của hai tên địch chưa quá mười sáu tuổi lôi lên từ một đám bèo, một tên còn đang ngậm một búng cơm... Những hình ảnh đó bây giờ cộng thêm cảnh chết của hai vợ chồng và ba đứa con ở trước mắt tôi. Họ chết từ ngày hôm kia, khi địch đặt bộ chỉ huy ở khu nhà thờ, người chồng là ông Từ giữ nhà thờ đã đem cả gia đình vào trốn dưới cái bệ thờ Chúa.

Tượng Chúa ngã nghiêng, tượng Thiên Thần vỡ tung tóe, hai bàn tay trắng bằng đất nung lăn lóc trên sàn nhà. Khi tôi cúi xuống nhặt hai bàn tay này thì khám phá ra năm xác chết trên. Họ chết ngồi, hai vợ chồng ngồi sát nhau ôm ba người con trước ngực. Họ chết vì bị sức ép nên thân thể vẫn còn nguyên vẹn, nét mặt in vẽ hốt hoảng. Tôi ra lệnh kéo xác họ ra sân.

Giáo đường bây giờ im vắng, tượng Chúa linh động trong vị thế nghiêng ngã, nắng ở ngoài không rọi vào, không khí nặng nề lạnh ngắt... Tôi ngồi xuống trên chiếc ghế, hỏi thầm...

- Thượng Đế, Ngài có thật đấy chăng?

Khi tôi bước ra đằng sau nhà thờ, qua khu nhà ở của những người chết, một chiếc áo tím chắc hẳn của cô gái còn phơi phới bay trong gió... Nhìn ra xa, xác cô gái nằm thẳng trên sàn gạch, nắng thật sáng rọi lên rực rỡ. Người tôi như ai cắm một lưỡi dao oan nghiệt vào tim, thật buồn. Tôi loay hoay đốt một điếu thuốc. Cái chết quả bi thảm, nhưng hình ảnh của cô gái nằm chết khi chiếc áo còn bay trong gió vang vang nơi trí não tôi như một tiếng kêu thê thảm không dứt âm. Hai ông bà cụ già, tên Việt cộng trẻ, người cha và người mẹ, họ đã sống, đã chết dù sao cũng có chủ đích, có chọn lựa, cũng đã qua gần hết cảnh sống. Cô gái chết bất ngờ không báo trước, yêu đời như màu tươi của chiếc áo. Tôi choáng váng ngộp thở, người lao đao trong một niềm giận dỗi phiền muộn không cùng.

Đụng lớn, tiểu đoàn lấy được một lô súng đạn, thừa thắng truy kích địch để lùa chúng về Quốc Lộ 4. Bên trái là sông Tiền Giang, Tiểu Đoàn 3 Nhảy Dù bên phải làm thành phần chận bít. Tiểu đoàn tôi lùa địch từ đông sang tây. Việt Cộng phân tán thành từng toán nhỏ để chạy trốn. Ba đại đội tác chiến được xử dụng để lục soát không chừa một hốc nhỏ. Việt Cộng được moi lên từ các ao bèo, bờ lúa, đụn rơm, cuộc truy kích vừa khôi hài vừa hào hứng như trò chơi.

Tôi lầm lì đi giữa hàng quân, trận đánh ngày hôm qua, một đêm mất ngủ, cái chết hàng loạt của Việt cộng, những thây ma tênh hênh lăn lóc, tất cả đổ ào xuống một lượt trên tâm hồn hồn nhiên - Tôi ngất ngư như lần đầu tiên uống rượu nhưng đây là cơn say đen. Xua quân đi vào một vườn dừa rộng, tiểu đội bên trái, tiểu đội bên phải, lục soát dọc theo hai con rạch nhỏ bao quanh khu vườn. Tôi đi vào ngôi nhà đang âm ỉ cháy, những chiếc cột lớn lỏng chỏng hỗn độn bốc khói xám... Một người đàn bà áo trắng quần đen tay ôm chiếc lẵng mây trước ngực ngồi im trên nền gạch đôi mắt nhìn thẳng ngơ ngác. Thấy chúng tôi đi vào chị ta đứng dậy, đứng thẳng người như pho tượng, như thân cây chết với đôi mắt không cảm giác. Thằng bé theo tôi cùng tên hiệu thính viên lẻn ngay vào bếp kiếm thức ăn. Tôi đi đến trước chị đàn bà...

- Làm gì chị ngồi đây, không biết đang đánh nhau sao?

Im lặng, đôi mắt ngơ ngác lóe lên tia nhìn sợ hãi. Bỗng nhiên chị ta đưa thẳng chiếc lẵng mây vào mặt tôi, động tác nhanh và gọn như một người tập thể dục. Sau thoáng ngạc nhiên tôi đưa tay đón lấy... Hai bộ áo quần, chiếc khăn trùm đầu, gói giấy nhỏ buộc chặt bằng dây cao su. Mở gói, hai sợi giây chuyền vàng, một đôi bông tai.

- Của chị đây hả?

Vẫn im lặng. Nỗi im lặng ngột ngạt, lạ lùng.

- Con mẹ này điên rồi thiếu úy, chắc sợ quá hóa điên.

Tên hiệu thính viên thì thầm sau lưng tôi, mắt nó sáng lên khi nhìn vào những miếng vàng chói trên giấy...

- Vàng, chắc cũng hơn một lượng, lấy đi thiếu úy... Ê! Đi đi.

Tên lính xua tay đuổi người đàn bà đi chỗ khác. Lạnh lùng, chị ta xoay người bước đi như xác chết nhập tràng.

- Chị kia quay lại đây tôi trả cái này... Tôi nói vọng theo.

Người đàn bà xoay lại, cũng với những bước chân im lặng, trở về đứng trước mặt tôi nhưng đôi mắt bây giờ vỡ bùng sợ hãi, vẻ hốt hoảng thảm hại làm răn rúm khuôn mặt và run đôi môi... Chị ta còn trẻ lắm, khoảng trên dưới hai bảy, hai tám tuổi, da trắng mát tự nhiên, một ít tóc xõa xuống trán làm nét mặt thêm thanh tú. Tôi đưa trả chiếc lẵng mây, chị đàn bà đưa tay đón lấy, cánh tay run rẩy như tiếng khóc bị dồn xuống. Chiếc lẵng rơi xuống đất, hai cánh tay buông xuôi mệt nhọc song song thân người. Dòng nước mắt chảy dài trên má. Tôi hươi mũi súng trước mặt chị ta:

- Ngồi đây! Tôi chỉ nòng súng vào bực tam cấp. Khi nào tụi tôi đi thì chị đi theo... Tại sao khóc, nhặt vàng lên đi chứ!...

Im lặng, chỉ có nỗi im lặng kỳ quái, thân thể người đàn bà cứ run lên bần bật, nước mắt ràn rụa... Từ từ chị đưa bàn tay lên hàng nút áo trước ngực... Không! Không thể như thế được, tôi muốn nắm bàn tay kia để ngăn những ngón tay run rẩy đang mở dần những hàng nút bóp để phơi dưới nắng một phần ngực trắng hồng! Không phải như thế chị ơi... Người đàn bà đã hiểu lầm tôi... Không lấy vàng và bắt đứng lại!! Chị ta không hiểu được lời nói của tôi, một người Việt Nam ở cùng trên một mảnh đất. Chị ta tưởng tôi thèm muốn thân xác và đòi hiếp dâm!

Tội nghiệp cho tôi biết bao nhiêu, một tên sĩ quan hai mươi mốt tuổi làm sao có thể biết đời sống đầy máu lửa và đớn đau tủi hổ đến ngần này. Tôi đi lính chỉ với một ý nghĩ: Đi cho cùng quê hương và chấm dứt chiến tranh bằng cách góp mặt. Thê thảm biết bao nhiêu cho tôi với ngộ nhận tủi hổ này... Thê thảm cho tôi, cho những người lính chung quanh vì lính chúng tôi có thể tàn bạo khoảnh khắc, tham lam lén lút nhưng chúng tôi đâu phải là một thứ lính tẩy trên quê hương - Người ngoại cuộc với những tàn phá kinh tởm do chiến tranh này gây nên. Chúng tôi có lòng nào hưởng cảm giác trên xác thân của một người đàn bà Việt Nam trong cơn vỡ nát kinh hoàng thống khổ...

Khổ lắm, người đàn bà của tỉnh Kiến Hòa đâu biết chúng tôi không bao giờ muốn huênh hoang, hung bạo trong vườn xanh bóng mát này, chúng tôi đâu có muốn tạo những ngọn lửa oan uổng thiêu đốt căn nhà bình yên như giấc mơ của chị. Và những mảnh vàng đó, thân thể chị đây ai có can đảm để giang tay cướp phá và xâm phạm! Tôi muốn đưa tay lên gài những chiếc nút áo bật tung, muốn lau nước mắt trên mặt chị nhưng chân tay cứng ngắt hổ thẹn. Và chị nữa, người đàn bà quê thật tội nghiệp, cảnh sống nào đã đưa chị vào cơn sợ hãi mê muội để dẫn dắt những ngón tay cởi tung hàng nút áo, sẵn sàng hiến thân cho một tên lính trẻ, tuổi chỉ bằng em út, trong khi nước mắt chan hòa trên khuôn mặt đôn hậu tràn kinh hãi.

Quân rút ra khỏi làng, chị đàn bà đi theo chúng tôi, vẫn với những bước đi ngượng ngập cứng nhắc, vẫn đôi mắt nhìn vào khoảng trống không cảm giác. Người đàn bà Việt Nam bước đi trong ngỡ ngàng với hạnh phúc khốn nạn: Hạnh phúc đến chót sau những thống nhục rời rã. Hạnh phúc lạ lùng như chiêm bao thấy thân thể chưa bị xúc phạm!

Quân rút ra gần đến quốc lộ, con sông bên trái đầy thuyền, hỗn độn dòng người chen chúc. Dân của vùng hành quân trốn ra từ ngày trước, tiếng người kêu la vang dội một khoảng sông, họ hỏi thăm tình trạng nhà cửa, người thân thích, người kẹt trong vùng hành quân. Tiếng khóc vang rân... Trời ơi, nhà ông Năm bị chết hết cả rồi bà con cô bác ơi! Tiếng kêu thê thảm như một kẻ đắm đò...

- Lai! Mày đó Lai ơi!

Bà già dưới sông mồm kêu tay ngoắc chị đàn bà theo chúng tôi.

Chị ta dừng lại như để nhớ một dĩ vãng, như nhớ một khoảng sống đã đi qua...

- Lai! Lai ơi, má đây con...

Chị đàn bà đứng lại xoay người về phía dòng sông...

- Má! Má!

Tôi thấy đôi môi run rẩy thì thầm:

- Nhà cháy rồi! Nhà cháy rồi!

Chị ta đi lần ra phía bờ sông, cũng với những bước chân của người mất hồn, bóng áo trắng nổi hẳn trên đám dừa xanh.

Tôi cúi đầu đi thẳng, mắng mấy người lính đứng tần ngần nhìn theo người đàn bà: Tiên sư, đi lẹ còn qua phà sớm. Lòng ngập một niềm ăn năn kỳ lạ.

Chiếc phà đưa tiểu đoàn chúng tôi về Mỹ Tho. Dân chúng ra đứng nhìn cảm phục. Đóng quân ở sân vận động, tôi đi lên chiếc cầu hướng về phía Gò Công, dòng nước đen thấp thoáng ánh đèn chảy siết dưới chân cầu đục ngầu như tâm hồn. Đêm tỉnh lẻ đỏm dáng tội nghiệp, tôi đi lang thang, thật lạ ngay với chính mình, gặp Trần Hưng Bang ở Biệt Động Quân, anh chàng nhỏ người nhưng ồn ào nhất trong số mười lăm anh Khóa 15 Thủ Đức về Biệt Động Quân, chung với tôi Khóa Rừng Núi Sình Lầy năm 1964. Bang đãi tôi cơm, tôi chỉ uống chai bia, xong chúng tôi đi coi ciné, phim *The Sun Also Rises*, phục Hemingway thì có khi đọc sách, nhưng phim dửng dưng, nhạt nhẽo.

Tôi đi về trong đêm khuya, thành phố ngủ sớm, chiếc lá khô bay trước mặt như tà áo của cô gái. Tội nghiệp thay cho một tuổi trẻ! Tôi cũng đáng tội nghiệp nữa. Ngày mai chúng tôi về Sài Gòn, ao ước được cởi áo nhà binh trong vài ngày, nhưng đó chỉ là ao ước vì chúng tôi biết rằng Sài Gòn đang có biến động, Phật Giáo và Công Giáo xua tín đồ ra đường phố. Lần đầu tiên trong đời, tôi biết thế nào là phẫn nộ khi về đến Sài Gòn đóng ở Tổng Nha Cảnh Sát, lãnh một cái mặt nạ để sẵn sàng dẹp biểu tình.

Tháng 8 năm 1964
Kiến Hòa

Làm đường dân đi - Ảnh Nguyễn Ngọc Hạnh

TRONG CƠN BI PHẪN

Hai gã thiếu niên đi hàng đầu căng biểu ngữ: *"Hoan hô Quân đội"*. Hai gã khác mang một biểu ngữ màu vàng: *"Cương quyết bảo vệ Đạo pháp"*. Đám đông ước khoảng hơn trăm người, phần đông là thanh thiếu niên dưới hai mươi tuổi, một số ít đàn bà lớn tuổi, thấp thoáng vài chiếc áo vàng. Trung đội tôi dàn hàng ngang ở ngã ba Trần Quốc Toản - Cao Thắng, đợi đám đông tiến tới. Cách chúng tôi khoảng trăm thước, đám biểu tình dừng lại, một tên trẻ tuổi tách ra khỏi đám đông, tay cầm một lá cờ Phật Giáo tiến về phía chúng tôi, gã bắt đầu nói... Tôi không nghe rõ, chỉ loáng thoáng mấy danh từ: Độc tài, đạo pháp, dân chủ hỗn độn va chạm nhau... Xong, gã nâng cao lá cờ... Đám đông hoan hô ầm ĩ, im lặng trơ trên đè nặng.

Gã thiếu niên nói tiếp thêm một hồi. Một chiếc áo vàng từ trong đám đông tách ra đến đứng cạnh.

Tay ông tu sĩ có chiếc cờ nhỏ, y nâng cao, hai tay dang rộng hình chữ V, kiểu võ sĩ lên đài chào khán giả... Tôi không nghe được lời ông ta nói gì, vì chú ý đến đám đông. Bọn thanh niên biểu tình phần đông mang dép, quần ống hẹp, áo bỏ ngoài, hai ba gã đứng hàng đầu tóc dài xùm xụp, mồm đang nhai bánh mì, có một vài ả con gái tay còn ôm cặp, ý hẳn đang đi học... Nhưng linh động hơn hết là hai chị đàn bà, quần đen áo bông, lồng lộn xỉa xói, mỗi tay cầm một chiếc gậy, một ả đang chửi ngừng lại, chạy vào cái máy nước uống một hơi xong lại nhảy ra tiếp tục tru tréo...

Một chiếc xe cảnh sát màu xanh đỗ ở sau lưng chúng tôi, tiếp theo hai GMC chở đầy cảnh sát dã chiến. Chúng tôi lùi đàng sau, nhường chỗ cho cảnh sát, những chuyên viên chống biểu tình dàn đội hình mau lẹ, máy phóng thanh kêu gọi đám đông giải tán. Có tiếng la ó đả đảo từ đám đông, một vài người bắt đầu ném gạch đá. Lời kêu gọi chót không thành, cảnh sát dã chiến tấn công, gạch đá, khói lựu đạn cay bốc lên. Cảnh sát dã chiến tiến tới, đám biểu tình lui lại rút về Viện Hóa Đạo cố thủ. Trên đường vắng lăn lóc hỗn độn guốc, cặp, nón lá, dép, trơ trẽn và buồn cười. Toán cảnh sát dã chiến lên xe rút đi, nhường lại khoảng đường cho chúng tôi, hàng rào kẽm gai mới được thành lập ngay trước cổng Viện Hóa Đạo. Chúng tôi dàn hàng ngang đứng trong nắng, gió và chuỗi giông bão chửi rủa phẫn nộ của bọn người đứng sau hàng rào kẽm gai. Một tên mặt choắt như mặt chuột chỉ tay vào tôi:

- Đ.m.... mày ăn tiền của Mỹ bao nhiêu? Tụi mày nếu chết không có địa ngục nào trừng phạt cho hết, cha mẹ mày cho ăn học để mày đem đạn súng giết thầy!!

Máu nóng bốc lên muốn nổ tung trí não, tôi đưa tay vào túi nơi đựng băng đạn vừa tháo ra khỏi súng, ước gì tôi có được một liều lĩnh. Nó sẽ chết... Nhưng khi tay chạm phải thỏi kim khí mát lạnh đó, tôi thả ra, vì bây giờ, nếu phẫn nộ được bùng cháy, thì không phải riêng tôi mà một trung đội hai mươi bốn người cũng sẽ bùng lên như ngọn đuốc. Chúng tôi chưa kịp rửa đôi giày lấm bùn của chiến trận ngày hôm qua, áo quần mặt mũi còn nguyên dấu vết của bốn ngày hành quân. Vết cháy ở áo thằng Ty tải đạn trung liên, máu ở mặt thằng Thái và tôi, gã trai trẻ nuôi dưỡng thật nhiều hiền hòa trong lòng, ngày hôm qua vừa được chứng kiến những cái chết tức tưởi của một gia đình. Chỉ mới ngày hôm qua. Không thể được, tôi phải nén xuống, phải cất dấu hết giận dữ đang bùng lên như giông bão. Thôi, đi lính để còn lãnh chịu đựng. Nỗi chịu đựng không bờ bến.

Đoàn biểu tình lại ùa ra, bây giờ dẫn đầu bởi một tu sĩ mang kiếng mát màu xanh nhạt. Đến trước chúng tôi, ông ta ngồi xuống niệm Phật, đám đông làm theo, phần đông không ngồi kiết già được, phải ngồi chồm hỗm. Tôi gặp lại tên ăn bánh mì lúc nãy, một tay chấp lên ngực, tay kia đưa mồm để gỡ mẩu bánh dính ở kẽ răng!!!

Tụng kinh xong, ông tu sĩ đứng dậy đến sát bên tôi yêu cầu mở lối cho đám biểu tình. Tôi lắc đầu. Ông ta năn nỉ. Không được. Mấy bà già người Bắc van xin kêu la khóc lóc, chửi bới để phụ họa... Đàng sau chiếc mặt nạ chống hơi ngạt, tôi nghĩ thầm: Nếu được giết người trong một lần ở trong đời, tôi sẽ chọn lúc này. Đám đông chửi bới bằng những tiếng tục tằn thô lỗ nhất chen với tiếng niệm Phật... Danh hiệu của Đức Thích Ca chen lẫn với rác rưởi của trần gian.

Ôi khốn khổ cho tôn giáo của tôi. Tôi nhớ cái chết tự thiêu của bà chị ở Ninh Hòa. Ai bóp nghẹt hơi thở tôi lúc này. Đám đông bắt đầu hỗn loạn muốn đè bẹp lên chúng tôi, một viên đá từ đám đông bay đến đánh mạnh vào ngực của Hạ Sĩ Long, tên này la lên một tiếng đau đớn - bất ngờ - hắn đánh báng súng vào ngay mặt một gã thiếu niên đang nhảy choi choi trước mặt. Tôi ném liền trái lựu đạn khói, cơn phẫn nộ bị nén suốt ngày bùng lên như lửa đỏ, báng súng carbine đả ngang một vòng trước mặt, có tiếng rú đau đớn. Tôi la lớn...

- Đánh nữa, đánh cho chết.

Một báng súng ngược lại... Xương người chạm vào chất gỗ cứng vỡ dòn trong một niềm thỏa thuê. Trung đội tôi như trong cơn điên của thù hận và phẫn nộ, những người lính lao vào trong đám đông... Tôi ném thêm một quả lựu đạn khói. Chạy! Chúng tôi chạy ngược về phía ngã ba Cao Thắng, Trần Quốc Toản, khi về đến chỗ đại đội, cởi chiếc mặt nạ... Mắt tôi đỏ hoe, tôi khóc hay lựu đạn làm chảy nước mắt. Ai biết được, nhưng lòng tôi đang là một biển buồn phiền. Làm sao tôi biết được trong ngày mãn khóa, đời sống sẵn dành cho người lính ngần này tàn bạo và tủi hổ; nhìn lại những người lính chung quanh, bây giờ họ thật gần gũi, thân thiết.

Sau chiến tranh, người lính thấy lạ với hết mọi người của đời sống bên ngoài, họ chỉ còn ngục tù tự nguyện của tập thể để làm thế giới cho tâm hồn phá sản. Tôi đã cột chặt vào thế giới hung bạo, phiền muộn này, tôi đã thành một người lính, nêm cứng với những người lính khác...

- Thiếu úy cho em chạy về nhà một lát. Một người lính trong trung đội đến gần tôi nói nhỏ.

- Lúc này biểu tình lộn xộn, đi đường có việc gì làm sao tìm ra được.

- Không có đâu thiếu úy, nghe radio *"nhạc đảo chánh"* là em biết liền.

- Ừ, khi nào có *"nhạc đảo chánh"* thì về.

Tháng 9 năm 1964

Sài Gòn

Cứu bạn - Ảnh Nguyễn Ngọc Hạnh

MỘT CHỊU ĐỰNG LẶNG LẼ

Chúng tôi rời Sài Gòn trong thở dài nhẹ nhõm, một tháng ở Thủ Đô đủ để tạo thành sụp đổ tan hoang trong lòng, đủ thấy rõ sự phản bội của hậu phương, một hậu phương lừa đảo trên máu và nước mắt của người lính. Một tháng đủ để chúng tôi hiểu ti tiện hèn mọn của loại lãnh tụ ngã tắt, những anh hùng đường phố, những ông vua biểu tình theo ngẫu hứng, vua tôn giáo đầy thù hận và dục vọng...

Một tháng *"vỡ mặt"* lính non cũng như lính già. Chúng tôi bây giờ biết rõ: Máu và đời sống của mình đã đổ ra cho một xã hội lừa lọc. Thủ Đô! Tôi đi xa không luyến tiếc. Quá đủ những con đường Sài Gòn đêm vắng vẻ, dây kẽm gai chằng chịt, lựu đạn cay xót xa nước mắt. Đã quá đủ với Sài Gòn những buổi trưa nóng như thiêu đốt, áo giáp, nón sắt, mặt nạ, người lính đứng cô đơn trong sỉ nhục căm thù của đám đông nhân danh Tổ Quốc và Thượng Đế... Sài Gòn, chúng tôi thù ghét và ghê tởm Thủ đô đục ngầu phản bội và thù hận. Tôi ao ước một cơn hồng thủy sẽ cuốn trôi thành phố sau lưng, một cơn hồng thủy xóa hết dấu tích nhơ bẩn mà Thủ đô đã bôi lên khuôn mặt bi thảm của quê hương. Tôi ao ước được quên một thành phố tên gọi Sài Gòn.

Xe chạy ra khỏi thành phố hướng về Tây Ninh. Trời xanh, không khí thoáng đãng, tôi thèm được đi xa. Đến Hóc Môn, đoàn xe dừng lại để lính nhảy xuống mua các thứ lặt vặt cần thiết cho cuộc hành quân. Sau hai tháng căng thẳng trong sự chết và bạo động, người lính bây giờ được thả xuống giữa quận lỵ sầm uất chất phác. Họ thoải mái dễ chịu như trở về thế giới quen biết. Chúng tôi phải trả nợ nghiệp lính bằng năm ngày hành quân trước khi trở về hậu cứ.

Từ Hóc Môn đoàn xe đi dọc theo Liên Tỉnh Lộ 15 hướng về phía Bắc, xe chạy trong cánh đồng mênh mông, sau hơn một tháng bị nhốt chặt trong thành phố ầm ĩ nay được thả ra cùng đất trời rộng rãi, lòng tôi mở ra như cơn gió reo. Đến ấp Đông Nhất cách Hóc Môn mười cây số, dừng lại xuống xe. Một tiểu đoàn bộ binh đã có mặt từ trước đợi chúng tôi. Hai tiểu đoàn sẽ xuất phát từ đây, xâm nhập theo con đường liên tỉnh hướng Tây-Bắc để giải tỏa áp lực địch tại vùng Bến Cỏ.

Hai đơn vị đã dàn xong đội hình, lấy con đường làm chuẩn, tiểu đoàn bạn bên trái, chúng tôi bên phải, mục tiêu là làng Paris Tân Qui, nơi gặp gỡ của đường Liên Tỉnh 15 và hương lộ nối từ Ấp Nhà Việt với Củ Chi. Đại Đội 74 dẫn đầu, đại đội chúng tôi đi chót, trung đội tôi đi cuối cùng.

Mười phút đã qua, chúng tôi vẫn chưa di chuyển

được thước đất nào, rảnh rỗi tôi lấy khẩu cầm ra thổi, tiếng trầm bổng loang xa trên cánh đồng chơi vơi như cánh chim nhàn hạ... Bỗng súng nổ, một tràng ngắn, tiếp theo những tràng đại liên ròn rã ở phía đầu tiểu đoàn bộ binh. Cuộc chạm súng kéo dài khoảng mười phút, địch chỉ muốn trì hoãn bước tiến đoàn quân để chạy trốn. Mười hai giờ trưa đến Paris Tân Qui, làng nhỏ bao bọc chung quanh bởi rừng cây cao su xanh ngắt. Địa danh thật đặc biệt, không hiểu do sự nhầm lẫn của người lập bản đồ hay do một anh Tây nào đó trong lúc nghịch ngợm đem tên của Thủ đô ánh sáng đặt cho làng nhỏ này.

Tiếp tục tiến quân lên Bến Cỏ, quận lỵ đặt cuối đường liên tỉnh, bên kia suối Bến Nây. Cầu đã bị giựt sập, tiểu đoàn dừng lại bố trí quân dọc theo đường đá đỏ. Đại Đội 72 đi đầu cho một vài khinh binh qua dò đường. Trời ủ giông, nắng quái mây mù, con đường vắng như một nỗi thê lương... Nếu không có chiến tranh, từ đây về Sài Gòn chỉ khoảng nửa giờ xe đò, những con đường nhỏ này là mạch máu của miền Nam nối liền Thủ đô với thôn xóm trù phú. Ruộng ở đây không bát ngát bằng những tỉnh ở miền Tây, nhưng mạnh và tươi tốt. Nhìn đồng lúa mới thấy rõ sức chịu đựng dẻo dai triền miên của dân tộc. Nhớ bài chính tả của mười hai năm trước:

- Đồng lúa mới... Tôi đến một vùng quê, kề bên trận địa, cánh đồng loáng nước nằm dài vắng bóng người nông phu cần mẫn, nhìn vào thôn xóm không một bóng người, khóm tre xơ xác, mái tranh im lìm... Sáng mai thức dậy, đố ai biết có những gì thay đổi, cánh đồng vắng vẻ ngày hôm qua nay đã xanh rì ngọn mạ...

Bài chính tả của lớp nhì biến thành bài học thuộc

lòng. Ông giáo của tỉnh nhỏ, thầy Tiến, trường Hoàng Diệu, dáng người mập mạp, nhưng bỗng nhiên khuôn mặt hóa nên linh động khi giảng nghĩa cho lũ học sinh nhỏ, sức chịu đựng nỗi kiên nhẫn của những người nông phu, đêm trở về trên cánh đồng vắng, cắm những cây mạ xanh trong lòng đất còn mùi thuốc súng... Cánh đồng ở đây cũng loáng nước, mái tranh thôn xóm tiêu điều xơ xác, nhưng thân lúa xanh vẫn mọc lên phơi phới.

Tôi rung động trong niềm cảm phục quê hương, những người nông dân Việt Nam cuối tận cùng của khổ cực luôn luôn thắp sáng cho mình hy vọng. Nhớ đến bàng hoàng dáng dấp của thầy tỉnh lẻ, một ông giáo bình thường nhưng đã gieo vào hồn tôi những rung cảm kỳ diệu khi bằng giọng nói của người dân xứ Quảng với quê mùa mộc mạc, thầy Tiến vẽ trong đầu óc trẻ thơ một hình ảnh lặng lẽ nhưng hào hùng của dân tộc. Cảm giác này cũng tương tự như khi đọc Sơn Nam với những câu ca dao...

Ra đi gặp vịt cũng lùa,

gặp duyên cũng kết, gặp chùa cũng tu...

Cảm ơn đời trong tuổi nhỏ đã có người tặng cho những đóa hoa dịu dàng, những lời ca ngợi quê hương. Người Đại Hàn tượng trưng cho dân tộc của một đóa hoa, Trung Hoa, Nhật Bản lấy biểu tượng ở mặt trời... Tôi ao ước được trông lại biểu tượng cây lúa của dân tộc. Cây lúa bình thường đầy kiên nhẫn.

Ba người khinh binh đi đầu tiến ra được giữa cầu, cầu bị gãy, họ phải bò theo những thanh sắt, một loạt đạn từ bờ bên kia bắn vụt qua. Đạn chạm vào thành cầu long cong, một người lính lảo đảo rơi xuống, hai người kia vội vàng chụp lấy bò trở về. Súng cối của tiểu đoàn bắn về phía có tiếng nổ năm trái... Ba người khinh binh khác được đề cử qua cầu, dưới sự yểm trợ của súng cối 60 và 81 (1) trong lúc súng cối tạm ngưng vì tháo đạn chưa kịp, Việt Cộng ở bên kia bờ lại bắn qua tới tấp.

Hai người lính ở sau bò lại, chỉ một người qua được bên kia bờ. Không thể làm im được toán Việt cộng bên kia bằng súng cối, mặc dù chúng chỉ ước chừng một tiểu đội, nhưng hầm hố kiên cố đạn súng cối chính xác đến đâu cũng không phá hủy được. Hơn nữa số đạn mang theo giới hạn. Bộ chỉ huy tiểu đoàn quyết định gọi máy bay đến oanh tạc đồng thời để phòng trường hợp địch tập trung đông.

Ba Skyraider (2) bay một vòng để chỉ định mục tiêu. Khói trắng vừa bốc lên khỏi lũy tre, chiến đấu cơ hạ thấp độ cao đâm thẳng xuống, cả một khu bìa làng bị cầy tung đất, khói và lửa bốc thành những chiếc nấm lớn. Năm giờ chiều, người chót của tiểu đoàn mới qua hết con suối, ngôi làng còn âm ỉ cháy, mùi lá tươi bị đốt nồng nặc. Chúng tôi đóng quân đêm tại đây, cứ điểm Bến Cỏ nằm sau lưng không đầy một cây số. Ngày mai chúng tôi sẽ vào đấy giao tiếp với một tiểu đoàn Biệt động quân bị cô lập suốt sáu tháng nay.

Bảy giờ sáng, tiểu đoàn bắt đầu di chuyển, đoạn đường xuyên qua làng mạc dày đặc vườn cây ăn trái và nhà cửa. Đường Liên Tỉnh 15 chạy từ Hốc Môn đến Bến Cỏ chia làm hai nhánh, một đường chạy lên hướng bắc gặp bờ sông Sài Gòn, từ đây chạy song song với con sông lên đến vùng Bến Súc rồi ra Trảng Bàng. Một nhánh ngắn hơn từ Bến Cỏ chạy ra Củ Chi. Bốn cứ điểm Bến Cỏ - Bến Súc - Trảng Bàng - Củ Chi tạo thành khu tứ giác mật khu Hố Bò nằm song song với mật khu Bời Lời ở bờ phía bắc sông Sài Gòn.

Cứ điểm Bến Cỏ như một cái nút chận đường xâm nhập của địch về Gia Định nên từ lâu địch đã vây kín và pháo kích vào hằng ngày. Chúng tôi tiến quân thật dè dặt, một đơn vị bạn trước đây đã bị phục kích ngay tại khu làng này khi muốn *"bắt tay"* với đơn vị trong đồn, hôm đó pháo binh và phi cơ không thể can thiệp được, trong khi địch có đủ công sự phòng thủ và giao thông hào dày đặc trên lộ trình vào cứ điểm.

Hai đại đội đi đầu không dám đi trên đường vì sợ mìn, khi đi qua các khu vườn mọi người đều ngán ngẫm, địa đạo và giao thông hào đào chi chít, nếu địch phục kích chúng tôi tại đây thì khó lòng chống trả. Vòng rào dây kẽm gai và cột dây trời của đồn hiện ra trong tàn cây xanh. Thật thận trọng, tiểu đoàn trưởng ra lệnh cho từng đại đội một tiến vào hàng rào phòng thủ, hai người lính Biệt động quân ra mở cổng...

Cứ điểm gồm có hai phần, chiếc đồn chính nằm ở phía trái của con đường, bộ chỉ huy tiểu đoàn Biệt động quân đóng chung với một đại đội Địa phương quân tại đây; đồn là một loại bót nhỏ của lính Pháp để lại, tường gạch rêu phong ba tháp canh trơ trọi đứng ba góc, chung quanh đồn là tuyến phòng thủ của ba đại đội tác chiến, những người lính Biệt động quân đào hầm ở ngay trên tuyến phòng thủ. Đối diện chiếc đồn là ngôi chợ nhỏ, hai bên đường nhà thường dân san sát vào nhau, phần lớn cửa đóng, người dân đã di cư về Bình Dương hay Sài Gòn.

Có những danh từ nghe thoạt tiên rất vô nghĩa, nhưng nếu với hoàn cảnh, không khí thì thích hợp, những chữ nghĩa khô khan kia hóa nên linh động hẳn ra như một nốt nhạc. Ở đây, Bến Cỏ không thể có một tên gọi nào thích hợp bằng *"phố chợ"*, không thể gọi là quận ly, thị trấn, cũng không hẳn là một cứ điểm đúng nghĩa danh từ quân sự... Một tiểu đoàn lính bao một đám dân, con đường, ngôi chợ, hai dãy nhà cửa, cây bàng xanh tươi bóng mát, vài quán hàng bán những thức lặt vặt. Bến Cỏ không có nét trẻ trung, vui vẻ của những phiên chợ thôn quê, ở đây không khí tang thương, khắc khoải như một bệnh nhân bị gậm mòn dần bởi chứng nan y.

Chúng tôi ra đóng quân ở phía Đông của cứ điểm. Những buổi sáng lính thường vào uống cà-phê ở chiếc quán dưới gốc cây bàng, những người lính ngồi đối diện với nhau lặng lẽ. Con đường vắng hoe lác đác dăm chiếc lá khô, điểm sinh động duy nhất là quán hủ tiếu của một người Tàu. Người Trung Hoa trong hoàn cảnh nào cũng đứng đầu bởi sức chịu đựng, nhưng người Việt cũng đâu kém.

Chúng tôi đóng quân được hai ngày, tình hình im lặng, im lặng ngột ngạt trước trận đánh. Cứ điểm đã bị bao vây suốt sáu tháng, quân số phòng thủ của tiểu đoàn Biệt động quân bây giờ chỉ còn hơn hai trăm. Việt Cộng đào thông hào đến sát hàng rào phòng thủ, chúng không tấn công chỉ bắc loa chửi, bắn sẻ, pháo kích... Chiến thuật này đã làm tiêu hao quân số của đơn vị bạn. Cách hay nhất là đề phòng, nhưng ai có thể kéo dài tình trạng đề phòng trong sáu tháng.

Ngồi uống nước, nghe tiếng súng cối của địch, nhảy xuống hố không kịp thế là bị thương. Gác ở chòi canh, tuần tiễu ra khỏi hàng rào một trăm thước, khinh binh coi như đã treo đời mình trên một đường dây mỏng manh. Giao thông hào đào sát vào con đường từ đồn đi ra, tỏa chi chít khắp nơi, kín đáo chắc chắn. Người khinh binh làm sao biết được mũi súng ở hướng nào nhắm vào mình!

Sáu tháng, những người lính Biệt động quân bây giờ trở nên dửng dưng, họ đã đến chót cùng chịu đựng. Ngay đến chúng tôi, những người mới tới, bằng bao nhiêu cẩn thận cũng không tránh khỏi thiệt hại. Đang nói chuyện với nhau trong vòng phòng thủ, một viên đạn bất chợt bay đến, binh nhất Phòng của Đại Đội 72 ngã xuống chết không ngờ. Viên đạn xuyên thủng bàng quang chấm dứt đời kẻ bạc phước trong vòng một phút.

Từ chỗ đóng quân vào chợ, đoạn đường không quá ba trăm thước, nhưng cũng không an toàn. Bất cứ lúc nào, khi toán giữ đường không cẩn thận là có kẻ ngã gục vì bị bắn sẻ. Việt cộng rình rập chúng tôi - đêm nay? ngày mai? - Chúng tôi chờ đợi phút hồi hộp đó. Đóng quân được bốn ngày, chúng tôi nhận được lệnh rút ra ngã Củ Chi, vẫn lấy con đường Liên Tỉnh 15 làm chuẩn, tiểu đoàn chúng tôi đi bên phải, tiểu đoàn bộ binh đi bên trái. Lộ trình rút ra xuyên qua khu đồn điền cao su Fihoc, hành lang xâm nhập vào mật khu Hố Bò.

Chúng tôi không biết những người bạn Biệt Động sẽ ra sao, họ ở lại chờ một tiểu đoàn khác đến thay thế, hay tiếp tục để nhận một cái chết mòn mỏi chậm chạp? Có thể các vị chỉ huy ở cấp lớn đã nghĩ rằng: Chúng tôi đã có mặt bên ngoài trong bốn ngày vô sự vậy là áp lực địch được giải tỏa, bây giờ họ đang có những vấn đề to lớn khác cần phải giải quyết ở Sài Gòn trong đường Trần Quốc Toản, ở Đài Phát Thanh. Thôi, tiểu đoàn Biệt động quân, các bạn hãy ở lại và tiếp tục như sáu tháng đã qua. Sáu tháng chỉ thèm một cục nước đá, phần đời của các bạn như vậy đã được định. Tôi nghĩ đến chiếc bánh mì và nải chuối của một mụ nạ giòng đem đến tặng cho lính ở Đài phát thanh để tri ân quân đội giúp đỡ đạo pháp...

Bảy giờ, hai tiểu đoàn song song rút ra. Đại đội tôi cùng Đại Đội 73 đi đầu tiểu đoàn. Đại Đội 73 đi phía tay mặt tôi, Toàn *"đen"* dẫn đầu, tôi nói với Đỗ, anh chàng *"Eddie Constantin"*:

- Thằng Toàn đi đầu thế nào cũng đụng.

Có thể lắm, mặt nó có cô hồn... Vừa di chuyển được ba mươi thước một loạt đạn nổ ròn rã trước mặt. Hạ sĩ Thặng khinh binh đi trước tôi ngã xuống, hai viên đạn bẻ gãy khẩu AR 15 đồng thời làm cườm tay anh gãy đôi. Việt cộng thật ra nhắm vào tôi vì cầm tấm bản đồ, nhưng Thặng vừa qua mặt nên lãnh lấy, hai viên đạn đáng lẽ ra đâm thủng cơ thể tôi... Một thoáng rùng mình, đạn bắn thấp, nếu không gãy chân thì cũng thủng bàng quang. Tôi nhớ đến cái chết của thằng Phòng hai ngày trước, chút xíu nữa thì mạng tôi cũng xong rồi! Vết thương của Thặng không nặng lắm, cây súng đã đỡ lấy hai viên đạn, cả anh và tôi đều may mắn.

Tăng Màn Tài, trung đội phó khẽ nói với tôi:

- Thiếu úy, sáng nay tôi nấu cơm không chín, chắc hôm nay đụng a..

Tôi cười không nói, nhưng lòng đầy lo ngại... Cánh quân chúng tôi và bộ binh tiếp tục di chuyển về phía Bến Mương. Mười giờ - binh nhất Niên - khinh binh đi trước tôi đột nhiên nhảy hẳn qua một bên, bắn một loạt súng...

- Cái gì vậy?

- Thiếu úy, em thấy trước mặt có người!

- Việt cộng đó, coi chừng.

Buổi sáng lúc xuất quân đã có người dân đến báo: Việt cộng ở khu rừng cao su rất đông, đào hầm để đợi chúng tôi. Tiểu đoàn trưởng quyết định chấp nhận trận đánh, cả chúng tôi và bộ binh đều sẵn sàng tác xạ khi di chuyển. Niên hét lớn:

- Đưa tay lên, tiến tới.

Trong lá xanh hiện ra một người mặc quân phục màu xanh đeo ba-lô mặt mày ngơ ngác. Y là một binh sĩ của tiểu đoàn bộ binh, chúng tôi không biết tại sao anh ta đi lạc và không có súng. Chúng tôi giao cho ban 2 tiểu đoàn để điều tra. Chính trong những giờ phút dừng lại để bắt giữ người lính kia, sau này tôi mới biết đã cứu mạng cho toàn thể trung đội tôi. Vì trong khi chúng tôi dừng lại, Đại Đội 73 phía tay phải vẫn tiến tới để bắt gặp con đường mòn cách đó trăm thước và chính trong lúc này thì trận đánh bắt đầu, phía tiểu đoàn bộ binh và Đại Đội 73 súng đại liên nổ ròn rã không dứt, chúng tôi vội vã dàn hàng ngang chờ đợi.

Đạn bay trong không khí về phía chúng tôi, lá cao su trên đầu bị bắn tung bay xào xạc, đạn ghim vào thân cây nghe phầm phập, có tiếng hô xung phong nhưng không thấy bóng dáng của địch. Đại đội trưởng tôi hét lớn trong máy:

- Bên bộ binh và 73 đều đụng nặng, anh có chịu nổi không?

- Báo cáo tôi vô sự.

- Coi chừng, tụi nó đánh độn thổ! Bộ binh bị phục kích rồi đấy.

Mười lăm phút sau, Đại Đội 73 từ bên cánh phải rút về phía chúng tôi. Toàn bị thương, người nhăn nhó đau đớn, hắn phều phào...

- Mày coi chừng, tụi nó sắp xung phong vào đấy.

- Tao đâu có thấy gì?

Một rừng lá cây chuyển động trước mặt, vài bóng dáng áo đen thấp thoáng. Trung đội tôi và Kỳ đồng loạt khai hỏa, năm mươi cây súng bắn ra một lượt, khói hơi thuốc súng bay nồng nặc. Chúng tôi tiến quân từ từ lên sau mỗi đợt tác xạ. Tôi giật nẩy mình, một hàng giao thông hào mới đào, lá cây ngụy trang còn xanh tươi, vỏ đạn rơi đầy ở trên mỗi miệng hầm, đúng là một phép mầu... Việt cộng đã đào hầm hố để phục kích chúng tôi, may nhờ người lính bị bắt nên trung đội tôi đã dừng lại và vô tình tránh được cái bẫy đang chờ.

Bây giờ mới hiểu tại sao có loạt đạn bắn về phía chúng tôi nhưng không có địch xuất hiện. Việt cộng sau khi đã chận đầu tiểu đoàn bộ binh và chúng tôi, vòng ra đàng sau đánh tạt vào hông phải của tiểu đoàn nơi đại đội chỉ huy và 74. Mặt trước của chúng tôi và 73 tạm yên, tôi cho lính chiếm hết dãy giao thông hào, một vài xác Việt cộng chết trong vị thế đang chạy, họ thuộc lính chính quy trang bị đầy đủ súng đạn nhưng không mang gạo.

- Đúng là tụi nó sửa soạn sẵn để đợi chúng mình... Lính xì xào bàn tán.

Phía sau chúng tôi bây giờ súng nổ mạnh, 57 của tiểu đoàn bắn ra liên tiếp, đạn nổ tiếp theo liền tiếng départ chứng tỏ địch rất gần hàng quân. Tôi nghe rõ tiếng hô xung phong của hai bên chen lẫn tiếng chửi thề... Toàn từ dưới chạy lên...

- Mẹ kiếp, bị thương nằm cũng không yên, tụi nó tới sát rồi mày ạ!

- Ông xui quá ông ơi, đi đâu là đụng đó. Ông tới

chỗ nào cũng có máu chảy...

- Mẹ mày! Nó chửi thề phản đối.

Đúng như vậy, đi chiến đấu mới thấy có may rủi không lường. Có những cái chết thật gần, nhưng tránh khỏi, đồng thời có những cái chết thật bất ngờ, tự nhiên đến không dấu hiệu. Tôi đâm tin vào định mệnh, về một sức mạnh siêu hình chi phối đời sống con người. Như cái chết của Binh Nhất Phòng hai ngày trước. Buổi chiều chúng tôi đang ngồi nói chuyện gẫu với nhau, Phòng từ đâu lại ngồi đối diện với tôi. Chính ngay lúc đó, một viên đạn vu vơ từ ngoài hàng rào phòng thủ bắn vào, hắn ta chết trong khi đang mở miệng định nói. Cái chết ấy đã làm tôi thấy rõ đời sống nhỏ nhoi, bèo bọt của kiếp người. Sống đó, chết đó, nào ai biết...

Cũng như trường hợp hôm nay, nếu không bắt gặp người lính bộ binh, chắc chắn tôi và hai khinh binh đi đầu sẽ hứng hết đoạn đạn đầu tiên khi địch khai hỏa. Và nếu tôi có chết đi, thì có gì thay đổi? Tôi không có gia đình, không thân thích. Cái chết chỉ là bọt sóng nhỏ vỡ tan đâu đó trong biển cả.

Địch định cắt đôi tiểu đoàn chúng tôi, nên chúng tấn công thật mãnh liệt vào đoạn giữa, đại đội chỉ huy phải chống lại vô cùng vất vả, Đại Đội 74 đi chót lại bị cầm chân nên không thể kéo lên giải tỏa áp lực địch được. Tiểu đoàn trưởng phải gọi pháo binh bắn thật gần tuyến chiến đấu... Gunship được gọi đến tăng cường.

Đại Úy Vũ Đạo Ánh, sĩ quan hành quân của tiểu đoàn trong khi đứng quan sát để hướng dẫn phi cơ bị một viên đạn vỡ tan lồng ngực. Tin ông chết làm mọi người bàng hoàng, ông được cảm tình của hầu hết mọi người vì tánh tình hòa nhã, riêng tôi, những lần trước khi phải trình diện tiểu đoàn trưởng để nhận lệnh phạt thường phải gặp ông, trong những giây phút nặng nề đó, lời nói nhẹ nhàng của ông như một an ủi làm nhẹ đi nhiều phiền muộn. Tôi không biết ông nhiều, nhưng nhớ đến những buổi chiều, ông đứng ở bờ sông Biên Hòa trông cô đơn và lặng lẽ lạ lùng.

Đại Tá Tư Lệnh Cao Văn Viên và Bác Sĩ Của, Y Sĩ Trưởng Sư Đoàn đáp máy bay xuống trận địa còn nồng mùi thuốc súng. Tôi thấy nét mặt của bác sĩ Của cau hẳn lại khi ông đến gần xác Đại Úy Ánh. Tiểu đoàn tiếp tục di chuyển đến cầu Bến Mương, bên kia là bãi nhảy Củ Chi, cầu bị sập binh sĩ phải qua từng người một. Trung đội tôi ở lại cuối cùng để bảo vệ tiểu đoàn qua cầu.

Trời ngã về chiều và khi chúng tôi nhận được lệnh rút đi thì địch từ mé làng xung quanh bắt đầu bắn ra. Những viên đạn đỏ vạch từng đường dài trong bầu trời thẩm màu, biết chắc rằng chúng chỉ bắn phá quấy chứ không thể tấn công vào chúng tôi được. Khẩu đại liên của trung đội qua cầu được đặt trên một mô đất nhắm về phía làng, cứ chỗ nào nháng lửa là người xạ thủ bắn lại phía đó. Trận đánh như trò chơi, Việt Cộng trong làng chỗ loa ra chửi bới, tôi đứng trên mô đất khum tay làm loa chửi lại. May mắn trong suốt cuộc hành quân làm tôi tin tưởng vào mình hơn bao giờ hết.

Quả thật vậy, khi trung đội qua hết con suối trời tối hẳn, Việt Cộng từ trong làng chạy ra lố nhố... Chúng tôi vừa bắn vừa chạy lùi về phía Củ Chi. Bãi nhảy dù bát ngát phủ đầy lá đậu phộng, trung đội chạy nhanh để đuổi kịp toán quân đi đầu, ai nấy đều vui vẻ vì cho rằng đã được may mắn. Khi ra đến đường ba người lính trút ba-lô ra, ba-lô bị đạn xuyên thủng lỗ chỗ.

- Đ.m. hên đếch chịu được, đạn trúng giờ nào mà không hay!

- Nhờ cái hên của ông thiếu úy đó mày.

Tôi leo lên xe ngồi, trời tối đen ở bên ngoài, trong lòng xe muỗi vo ve nhưng không buồn cử động để đuổi đi. Đời sống người lính quả thật tội nghiệp, trong tận cùng nguy biến họ luôn tạo cho mình hy vọng dựa vào một may mắn mỏng manh... Bao giờ hết may mắn đó sự chết ắt gần kề chạm phải. Đời sống của chúng tôi đó, trên biên giới sự sống, cái chết.

Tháng 9 năm 1964
Bến Cỏ, Bình Dương

(1) Súng cối có nòng đường kính 60, 81 ly

(2) Skyraider: máy bay khu trục cánh quạt dùng trong Đệ Nhị Thế Chiến (1939-1945) Mỹ giao lại cho VN cho KQVN xử dụng từ sau 1954 đến 1975

NỖI SỢ KHÔNG CÙNG

Tiểu đoàn đợi tại Bình Dương suốt cả ngày, lính vui đùa trong các quán nước, người tôi nặng như đá đeo, nằm lì một chỗ. Gặp Tánh Khóa 17, cùng đại đội từ trong trường, rủ thêm hai anh Hợp và Ký kéo nhau vào ăn cơm ở ngôi nhà cạnh đường. Bữa cơm không hẹn trước hóa ra ngon. Trong câu chuyện của giây phút này thì nghe tin Vũ chết. Thiếu Úy Nguyễn Anh Vũ, Tiểu Đoàn 1 Nhẩy Dù…

Cuộc hành quân của chúng tôi nằm trong khuôn khổ một chiến dịch lớn, xử dụng ba tiểu đoàn Nhảy Dù và một tiểu đoàn Thủy Quân Lục Chiến để làm giảm áp lực địch phía đông bắc Tỉnh Bình Dương, phần đất của quận Bến Cát. Tiểu đoàn của Vũ đi trước chúng tôi hai ngày, từ ngày N-2 của cuộc hành quân, đến lượt tiểu đoàn chúng tôi và Tiểu Đoàn 4 Thủy Quân Lục Chiến vào trận, lực lượng sẽ lục soát từ bắc xuống nam dọc theo sông Thị Tính nằm song song với Quốc Lộ 13...

Vũ, sĩ quan Thủ khoa khóa tôi, anh ở chung phòng trong giai đoạn Tân Khóa Sinh. Vũ thuộc loại người đứng đắn, cẩn thận, dễ gây lòng tin cho kẻ khác. Người sinh ra để chỉ huy hoặc chịu chỉ huy, trong khi tôi là một người lông bông không nghiêm nghị. Năm thứ hai, Vũ trở thành Sinh Viên Sĩ Quan Liên Đoàn Trưởng, tôi kẻ đứng gần chót trong số 191 người cùng khóa. Hố cách biệt giữa tôi và Vũ từ đó xa hẳn ra mặc dù vẫn ở chung đại đội. Nhưng nghe tin Vũ chết, những gần gũi năm đầu tiên trở lại mênh mang, đêm giao thừa đầu tiên xa nhà Vũ nướng hai cái lạp xưởng, mùi thơm bay đầy phòng, tôi phải lấy chăn trùm lấy Vũ cùng chiếc réchaud vì sợ khóa đàn anh bắt gặp. Đêm đó, lần đầu tiên trong hai tháng gần nhau Vũ mới nói cho tôi biết một vài chi tiết của anh. Người con gái thường đến thăm anh không phải là em gái, nhưng là fiancée. Vũ thật kín đáo.

Tin Vũ chết đưa lại như cơn gió độc, tôi bỏ dở bữa cơm ra đứng cạnh quốc lộ, nghĩ thầm... Bao giờ đến lượt mình? Tiểu đoàn Vũ còn có Trang và Lô. Không hiểu có gì xảy ra cho chúng nó không?

Sáu giờ chiều, đoàn xe khởi hành, đoạn đường Bình Dương - Bến Cát hơn hai mươi cây số nhưng đầy hiểm nghèo. Trời tối, xe để đèn mắt mèo, tốc độ hạn chế mười cây số một giờ, con đường bị đào xới nát bấy, chiếc GMC di chuyển khó khăn. Quốc Lộ 13, con số xui xẻo, đoạn đường khốc liệt nhất trong cuộc chiến tranh trước cũng như bây giờ, con đường nằm ngang chiến khu D, những mật khu kiên cố Bầu Bàng, Bời Lời, vùng trú quân an toàn để từ đấy địch xâm nhập và uy hiếp xuống hai tỉnh Gia Định, Biên Hòa.

Trời tối hẳn, đoàn xe phải dừng lại chờ thiết giáp hộ tống lên dẫn đường và phá mô.

Tôi không sợ phục kích nhưng sợ mìn, vũ khí khốc hại với sức tàn phá khủng khiếp. Việt cộng vùng Bình Dương, Bến Cát, nói chung toàn miền Đông nổi tiếng về tài đánh địa đạo và gài mìn. Việt cộng ở Long An cũng thiện nghệ trong việc gài bẫy, nhưng ở đấy bẫy chỉ gài bằng lựu đạn nội hóa hoặc mìn muỗi. Vùng này địch đã biến chế các trái đạn súng cối 81 ly, 82 ly thành những trái mìn chống chiến xa vô cùng công hiệu. Quốc Lộ 13 con đường mang số của sự chết đã đóng trọn nghĩa đó. Xe hàng từ Ban Mê Thuộc về chất đống ở Chơn Thành, hoặc đi từ Sài Gòn thì đợi ở Bình Dương hằng hai ba ngày, bao giờ có chuyến mở đường mới dám tháp tùng theo.

Xe bắt đầu chuyển bánh thì nhận được lệnh ở trong máy truyền tin: Có quân bạn đóng dọc đường để an ninh lộ trình. Lệnh gây tin tưởng cho mọi người, tuy vậy xe vẫn để đèn mắt mèo; tôi hút điếu thuốc lá đầu tiên cho chuyến đi. Những lúc thế này thuốc lá thật cần thiết, ngồi trong đêm, chiếc xe chạy với một nhịp buồn nặng, không nhìn thấy một điều gì, rừng cao su hai bên đường thăm thẳm... Người sống trong một khung cảnh chết, ngọn lửa đầu điếu thuốc thật linh động; nhìn nó như dấu vết của một phần thân thể đang sống, đang mở ra. Yêu vô ngần. Bây giờ mới biết tại sao phần đông lính đều hút thuốc nếu không nói là hầu hết.

Đi lính là nhập vào một sinh hoạt ồn ào nhưng mênh mông cô đơn, điếu thuốc như một người bạn âm thầm. Tôi đã đi qua con đường này vào tháng Bảy trong trạng thái kiệt quệ tinh thần, bây giờ những ray rứt ngày cũ đã hết, nhưng thoáng đâu đây dấu tích mệt mỏi của những ngày phung phí tinh thần, ngày cận kề cái chết khi bị Việt cộng ra đón đường xét giấy, tôi đã bình tĩnh dửng dưng lừa bịp những tên Việt cộng, trong khi trong người đầy giấy tờ và tang vật của nhà binh. Sẽ không còn một lần liều lĩnh nào như vậy trong đời nữa, em biết chăng? Đến Bến Cát lúc mười một giờ đêm, ngủ ngay trên quốc lộ, trải poncho xuống mặt nhựa, cởi chiếc giày cho dễ chịu, thầy trò tôi nằm lên, thao thức không ngủ được. Đêm mùa khô của miền Nam trời trong vắt, sao sáng rực và một ít lạnh, lạnh của miền cao nguyên thổi về. Giá rét se sắt như kỷ niệm.

Ngày hai mươi ba tháng mười một, bốn giờ sáng trời đầy sương mù, thức dậy không thể ngủ tiếp được, mặt nhựa khô cứng lạnh ngắt, hơi lạnh của rừng núi, của mặt đất bốc lên tê cóng. Tôi đã tỉnh giấc từ lúc hai giờ sáng, một đêm thiếu ngủ người hóa thành phờ phạc. Cũng ngày này, năm trước, tôi ra trường.

- Mẹ, *"nó"* kêu mình lên hành quân mà không cho ngủ trong quận, lại đút ra ngoài đường nằm, nó coi mình như chó.

Tên lính chửi thề vu vơ, không biết *"nó"* ám chỉ những ai.

Bảy giờ, vượt tuyến xuất phát, Tiểu Đoàn 4 Thủy quân lục chiến đi bên trái, tiểu đoàn chúng tôi đi bên phải, mục tiêu là khu vực giới hạn bởi hai con sông, Sài Gòn ở phía đông, Thị Tính ở phía tây. Phía bắc là khu đồn điền Alimot, Bussy. Tám giờ, đường đi bắt đầu khó, bản đồ chỉ là rừng thưa, nhưng thực tế cây bắt đầu lớn, cây chỉ cao trên dưới ba thước, lớn bằng cổ chân nhưng đan sát vào nhau, rậm rạp chỉ đủ để một thân người lách đi rất khó khăn. Dao đi rừng không xử dụng được. Có hàng ngàn cánh rừng chúng tôi đã đi qua, nhưng loại rừng quái quỷ bé nhỏ này thật quá khó chịu, lấy hướng địa bàn, hai khinh binh đi đầu cúi khom mình bò qua các hàng cây, tôi bò tiếp theo...

Một giờ qua, chiếc cổ tưởng chừng như muốn gãy đôi, cành cây đánh vào nón sắt nghe đến ù đầu. Tiến quân về hướng Đông, xong vòng xuống hướng Nam, đêm nay đóng quân ở đồn điền ông Thịnh. Trời đã chiều, dừng quân ăn cơm tối, bảy giờ tiếp tục đi, lấy lá rừng có chất lân tinh dán vào lưng người trước, người sau nương theo. Quân tiến ra khu đồn điền cao su lối đi rộng rãi. Đi thế này thì bao nhiêu chẳng được, địch cũng thế thôi, sở dĩ họ có được sức dẻo dai chịu đựng vì có cái thế, hoàn cảnh để nương vào... Tôi nghĩ lan man trong bóng tối.

So sánh với nỗi khổ cực phải di chuyển trong một khu rừng rậm không lối đi lúc ban ngày với cuộc chuyển quân ban đêm như thế này thì thật không thấm vào đâu. Việt cộng có thể di chuyển hằng hai mươi, ba mươi cây số một đêm không có gì lạ vì họ được đi trong bóng mát, trên đường mòn có cán bộ giao liên hướng dẫn. Đến khu đồn điền, bố trí quân, trải ngay poncho xuống đất, khỏi làm lều... Ngủ cái đã. Từ bốn giờ sáng đến giờ, phải luôn luôn đứng hoặc đi nên khi vừa đặt lưng xuống đất tôi ngủ thiếp.

Ầm... Ầm... Hai tiếng nổ chát chúa, lửa lóe sáng rực. Pháo kích! Pháo kích! Tôi lăn xuống chiếc hố, nằm im chờ đợi. Tất cả trở lại im lặng, không phải pháo kích. Việt cộng ném lựu đạn. Một trung đội thuộc Đại Đội 74 đóng sát bìa làng đã chui vào trong mấy chiếc chòi để nấu cơm, Việt cộng ẩn trong hầm bí mật tung lựu đạn ra để thoát chạy. Bác sĩ tiểu đoàn được đưa đến tận chỗ, hai chết, mười chín bị thương. Thật xui xẻo, chưa làm ăn gì được đã mất toi một trung đội. Ngày hôm sau, tiểu đoàn bỏ lại khu đồn điền, tiếp tục đi vào hướng Đông, phía rừng rậm. Biết được tình hình, chỉ là du kích đồng thời để tiến quân nhanh hơn. Tiểu đoàn trưởng quyết định chia hai cánh quân. Đại đội tôi đi đầu một cánh, trung đội lại đi đầu. Thêm một ngày phải đi kiểu bò như cua còng nữa, lính càu nhàu. Buổi chiều, đoàn quân lại đâm xuống hướng Nam để tìm chỗ đóng quân. Ra làng rồi đấy phải coi chừng. Tôi dặn dò mấy người khinh binh đi đầu, hai trái lựu đạn tối hôm qua làm tôi e ngại, tình cảnh này chứng tỏ địch đã bám sát chúng tôi. Nếu có lực lượng lớn, chúng đã đụng với chúng tôi từ trong rừng, đây chỉ là du kích cố bám sát để làm tiêu hao phá quấy lực lượng hành quân. Khu làng trước mặt hiện ra trống trải, tôi thở hơi khoan khoái, ném nón sắt xuống đất, quay chiếc cổ tê mỏi một cách khó nhọc.

- Ra đến làng, coi chừng mìn và lựu đạn nghe các ông, Việt cộng vùng này là vua gài mìn đấy.

Tôi dặn thêm mấy lượt rồi dè dặt cho ba khinh binh tiến ra làng trước. Phía bên trái, Đại Đội 74 cũng cho một toán ra thám sát. Tôi thấy mấy người lính của đại đội này thấp thoáng trong tàng cây. Tiếng của thằng Chắc "tây lai" bô bô, một tiếng nổ kinh khiếp khói bốc lên đen nghịt.

- Chết tôi rồi! Thằng Chắc kêu thất thanh.

- Mìn gài trên cây, kêu y tá! Thiếu úy Đông kêu rối rít.

- Y tá theo nó cũng bị thương rồi!

Tôi nhìn lên cành cây, bây giờ nơi nào đối với tôi cũng đầy mìn bẫy, tay chảy ướt mồ hôi, chân như muốn tê dại...Tôi ngồi im bất động. Mìn, thứ khí giới vô hồn đó làm tôi nghẹt thở, đối diện với một họng súng, một tên địch tôi có thể xem thường vì dù sao còn chủ động, đối phó được nhưng đây là mìn và lựu đạn, vũ khí ti tiện vô hồn được che dấu thật kỹ càng và sẵn sàng để nổ tung. Tôi thấy sợ, sợ thật sự, sợ cho chính mình, cho những người lính dưới quyền. Tôi ao ước được đụng độ, đụng ngay ở bìa rừng này, bất kể lực lượng địch bao nhiêu cũng được, nhưng hãy cho tôi một người trông thấy được; tôi sợ vẻ im lìm ngặt nghèo bí mật của trái mìn.

Trời tối, lệnh tắt hết lửa, toàn thể tiểu đoàn chìm xuống im lặng không tiếng động. Ở cánh trái chúng tôi bây giờ có tiếng người và ánh lửa, Tiểu Đoàn 4 Thủy quân lục chiến ra đến vùng đóng quân. Thình lình những tiếng bục, bục, vang dội từ phía Nam... Đúng là súng của địch bắt đầu bắn. Tiếng đạn rít trong không khí bay qua đầu chúng tôi. Chờ đợi, đạn nổ phía đóng quân của tiểu đoàn bạn. Pháo kích, pháo kích... Binh sĩ xì xào chạy xuống hầm. Đừng hoảng. Tôi bấm vào máy truyền tin liên lạc với hai toán tiền đồn ra lệnh đề phòng và trực máy.

Tôi nằm yên trong hố, thân cây chuối trên miệng hầm lúc bây giờ quả thật quá mỏng manh, ao ước một gốc cổ thụ, một cây đa che chở. Sợ, hai bàn tay ướt đẫm mồ hôi. Tôi biết mình đang sợ hãi. Cảm giác buổi chiều khi nghe tiếng mìn nổ trở lại, tôi tưởng chừng như trong bụi chuối, góc nhà có một tên địch đang lẩn trốn, chờ đợi thời cơ hỗn loạn sẽ nhảy ra, trái lựu đạn sẽ nổ về phía tôi... Đấy là một sợ hãi vô lý, tôi biết vậy, nhưng thật chính là mục đích của địch trong chiến thuật tiêu hao dần lực lượng của đối phương.

Theo dõi, bắn sẻ, gài mìn, đặt bẫy trên hướng tiến quân, đột kích vào vị trí đóng quân đêm, pháo kích, đó là những phương cách có hiệu quả nhất để làm tan hoang tinh thần cũng như sức chiến đấu của một đoàn quân. Tôi nghe rõ những tiếng départ của súng cối địch từ xa, khô gọn và tàn ác như lưỡi dao chém xuống thớt. Nổ ở đây? Hay chỗ kia? Địch có điều chỉnh không? Chúng có rõ tiểu đoàn chúng tôi đông ở đây không? Sau mỗi tiếng départ tôi chờ đợi tiếng nổ của trái đạn với căng thẳng đun nóng trí não. Tôi thở dài nhẹ nhõm mỗi khi nghe được tiếng nổ ở phía xa, phía đơn vị bạn.

Tàn ác, ích kỷ? Có thể là như thế, nhưng tôi không thể nào chịu đựng được giây phút trống rỗng khi quả đạn đang bay, tôi ao ước được đụng độ, để giữa tiếng đạn nổ, hơi thuốc súng tôi có thể di động giữa cái sống và cái chết với ý niệm có tự do được chọn lựa. Trong chờ đợi của quả nổ đã biến tôi co cứng khiếp sợ hèn mọn. Ai không hèn mọn khi bó tay trước một cái chết không tự do.

Pháo binh từ Bến Cát phản pháo chính xác làm im súng cối địch, trực thăng đến, di tản thương binh, ánh đèn đỏ của chiếc máy bay lập lòe trong đêm ma quái, tôi nghĩ đến tên Việt cộng bắn súng cối vừa rồi nếu giờ này chưa chết vì đạn pháo binh chắc hẳn hắn đang hãnh diện vì kết quả vừa thu được.

Chiến tranh quả thật tàn bạo, lấy cái chết của những người mình không thù oán làm thành quả cho bản thân. Tôi không ngủ, mong trời mau sáng để được rút ra Quốc Lộ 13. Cuộc hành quân này ngắn sao tôi thấy mệt mỏi vô hạn, có lẽ vì ba đêm thiếu ngủ hay thần kinh bị căng thẳng bởi cơn khiếp sợ chờ đợi. Buổi trưa tiểu đoàn qua mặt Tiểu Đoàn 4/ TQLC, đơn vị nòng cốt của ngày 1-11-63. Ở tiểu đoàn này tôi không có bạn thân, chỉ biết có mấy anh ở khóa trước làm đại đội trưởng, trong số sĩ quan tôi chú ý một thiếu úy, người cao cân đối, khuôn mặt đều đặn và nhất là đôi mắt xao xuyến.

Vào tháng mười hai, Tiểu Đoàn 4/TQLC đụng nặng ở Bình Giả, không hiểu bạn ấy có sống sót hay không? Đã bao nhiêu lâu, một buổi chiều ở Biên Hòa tôi thấy anh buồn bã và u uất. Trong đời tôi hay bị xúc động bởi những nguyên nhân bất chợt, nên sau này bao nhiêu tháng năm qua tôi vẫn nhớ đến đôi mắt thăm thẳm của người lính không quen đó... Người bạn không quen ấy có còn không trong chiến tranh?

Tiểu đoàn vượt sông Thị Tính trong buổi chiều, đi trên chiếc phà của Công binh vừa lắp xong thấy bóng mình lung linh vỡ tung trên dòng nước, bềnh bồng như một kiếp người mỏng manh. Quốc Lộ 13, xe chờ sẵn, một đại đội của Sư Đoàn 5 bộ binh giữ an ninh bãi lên xe. Tôi thấy họ thật tội nghiệp trong khi nhìn chúng tôi lên xe.

- Các anh bây giờ về Sài Gòn, vui há? Lính chúng tôi gật đầu hãnh diện...

- Mấy anh thật sướng, đi hành quân ở đâu nhưng cũng được về nhà ở thành phố, chúng tôi ngủ bờ ngủ bụi suốt cả năm...

Xe chạy, chúng tôi vẫy tay chào, nhìn những bàn tay đưa lên chào lại băn khoăn. Dọc đường lính đơn vị bạn giữ an ninh lộ trình, có người đưa tay lên vẫy chúng tôi. Tội nghiệp, họ vẫy chào thành phố chúng tôi sắp đến. Thành phố - Thủ đô... Những nhọt bẩn ung mủ trên quê hương đối với lính sao vẫn còn quyến rũ.

Xe chạy qua tỉnh B, nhìn con đường hẻm dẫn vào nhà em, lòng thoáng thấy cay đắng như vết thương chưa khép ngâm xuống nước biển mặn.

Tháng 11 năm 1964
Bến Cát, Bình Dương

Để Tập Làm Người

Chiều hôm nay là chiều mồng Năm Tết, tiểu đoàn chúng tôi được rời khỏi cái nóng như thiêu như đốt của Sài Gòn... Không có chút không khí của mùa xuân, thành phố đang sôi sục xuống đường, biểu tình, đảo chánh. Máy bay xuống phi trường Vũng Tàu trong ánh nắng dịu dàng của đầu xuân và bên kia là biển. Bao lâu rồi mới thấy lại cây dương liễu, cát trắng và mùi gió biển. Cảnh sắc và mùi vị của tuổi thơ sau thời gian dài xa cách. Tối giao thừa vừa qua là một giao thừa hạnh phúc nhất của thời gian dài mười năm trong tuổi lớn... Những giao thừa năm xưa, đêm khuya gió lạnh trên đỉnh Hải Vân... Mây phủ kín lưng đèo và tôi co quắp trong một khoang xe vận tải dơ dáy chết máy nằm cạnh sườn núi với cô đơn của kẻ không nhà.

Bảy giao thừa qua chém trong đời tôi những lát dao để gây nhức nhối, để suốt đời nhớ mãi, như một vết chàm khắc sắc vào xương. Nhưng giao thừa vừa rồi thật đầy đủ, bạn bè, em gái tôi và tình yêu của một cô gái nhỏ, bánh mứt, tiếng cười giọng nói vang đầy căn phòng trọ. Cám ơn tất cả, tôi đi đây, bỏ lại năm ngày ứng chiến tại Sài Gòn. Tôi mang hết cả niềm vui của một đêm giao thừa hạnh phúc theo suốt mùa xuân.

Bốn giờ sáng, quân xuất phát từ Phù Mỹ tiến vào mật khu Hắc Dịch. Trung đội tôi dẫn đầu đại đội, đại đội dẫn đầu tiểu đoàn. Lính làu nhàu:

- Trung đội từ ngày có mặt thiếu úy về đến bây giờ cứ phải đi đầu hoài!

- Tao muốn thế đâu, đi đầu ngán thấy mẹ chứ thích quái gì, nhưng gắng đi mấy cha...

Rừng già, đi không khó, quân tiến nhanh như đi trên khoảng trống. Trước mặt chúng tôi hai Tiểu Đoàn 5 và 6 Nhảy dù đang được trực thăng vận để kìm Việt cộng lại. Chúng tôi có nhiệm vụ làm thành phần chận bít, không cho Việt Cộng chạy thoát ra hướng Quốc Lộ 15. Mặt trời lên cao, rừng bắt đầu nóng, lớp cỏ tranh bị cháy rải tro dày lên mặt đất, bước chân người lính quấy những lớp bụi đen nghịt, mồ hôi chảy đầm đìa dính theo từng lớp tro lem luốc, ngứa ngáy không chịu được.

- Anh cố coi thử có con suối nào không? - Đại đội trưởng liên lạc trong máy ra lệnh tôi.

- Bản đồ tôi loại 1/100.000 nhỏ quá chẳng thấy có con suối nào cả, địa thế cũng không có vết suối...

- Bảo mấy thằng con giữ nước coi chừng kẹt nước...

Đến chiều cả tiểu đoàn kiệt sức, nước không có, phải di chuyển gần mười cây số đường rừng, lính bải hoải tưởng như xô nhẹ cũng đủ ngã. Lệnh cho đóng quân đêm. Chẳng cần làm lều, bố trí trung đội xong, tôi nằm vật xuống đất, mệt, đói và khát nước đến muốn ngất. Có chút cơm nắm mang theo nhưng không dám ăn vì không có nước, bi đông còn một tí nước, tôi uống từng ngụm nhỏ chỉ vừa đủ ướt môi. Bên kia, hai Tiểu Đoàn 5 và 6 đụng địch, chúng tôi nghe rõ tiếng súng nổ từng hồi, súng của ta lẫn Việt cộng, trực thăng võ trang được gọi đến, tiếng động cơ cùng tiếng súng vang đầy khung trời.

- Thiếu úy, ăn cơm không? - Thái, thằng bé theo làm cho tôi, chìa một lon cơm nóng...

- Ở đâu mày có được?

- Em nấu buổi chiều, lấy nước từ rễ cây .- Tôi nhai từng miếng cơm nhỏ sợ tan biến thật nhanh ở trong mồm...

- Liệu Việt Cộng có đánh vào tiểu đoàn mình không thiếu úy?

- Nó đánh mình mới có hy vọng rút ra được, nếu không cứ nằm thế này thì chết khát.

- Em cũng nghĩ như vậy...

Đêm mùa khô, trời đầy sao, sau khi có mấy muỗng cơm nóng với ngụm nước nhỏ tôi tỉnh người, đốt điếu thuốc gối đầu vào nón sắt ghé tai vào máy truyền tin xem chừng các toán phục kích... Bên phía hai tiểu đoàn bạn trận đánh mỗi lúc một ác liệt, chưa bao giờ tôi thấy Gunship đánh trận đêm nhiều đến như thế.

Quân rút ra đi như một lũ ma đói, hai ngày hai đêm thiếu nước và mất ngủ, mọi người phờ phạc trông thấy. Trung đội tôi đáng lẽ dẫn đầu trở ra lại phải đi chót tiểu đoàn, Đại Đội 73 đi đầu, trung đội của Toàn vừa đi được hai mươi thước đạp phải một trái lựu đạn, hai chết, hai bị thương. Mấy thằng lính của trung đội tôi cười như mếu. May quá, mình đi đầu là chết rồi! Tôi cũng nhủ thầm mình có số mạng...

Người trước đi, tôi đi theo chẳng cần đội hình, ý tứ gì nữa, hai ngày vừa qua có được bốn muỗng cơm, người tôi không còn một sức lực nào nữa... Tôi dặn lính:

- Tụi mày cứ theo trung đội trước mà đi, sát vào nhau đừng để lạc.

Đầu gục xuống, súng vác trên vai, tôi thở không những bằng mũi mà cả bằng chiếc mồm há thật lớn, chiếc lưỡi căng phồng, nhức nhối và đôi môi khô không còn chút cảm giác. Tro rừng, đất bụi bám đầy mặt mũi, bay đầy vào mồm, không còn tí nước bọt nào để nhổ ra, tôi đưa tay vào mồm chà trên lưỡi từng tảng tro đen! Quốc Lộ 15 đây rồi, có thửa ruộng nhỏ bên đường, tôi úp chiếc mặt vào dòng nước đục ngầu phủ lớp bùn non... Uống! Uống! Như loài thú hoang trên sa mạc. Ngày hôm nay mới mồng tám Tết.

Về đóng quân ở quận Đất Đỏ, trong vườn cây vú sữa xanh tươi bóng mát. Tôi căng võng đọc sách, cho lính đi mua gà về nhậu với rượu đế, ngà ngà say suốt ngày. Nắng như thêu hoa trên áo, những ngày thật bình yên. Nhưng đêm thì thao thức không ngủ được, những hôm trời trăng sáng đem lính đi phục kích nằm trong rừng tiêu, cây tiêu dưới bóng trăng lạnh trông như những bóng người khổng lồ. Vẻ đẹp của khu vườn chứa đầy bí ẩn kinh dị. Chim heo bay qua kêu từng tiếng thật ai oán và tôi nhớ em, tình yêu đã mất. Ôi tôi đã xa em từ tháng Bảy năm 1964 đến giờ... Xa em quá lâu rồi đấy hở? Sao lòng tôi vẫn thao thức nhớ thương đến độ điên cuồng. Cả ngàn đời em cũng không biết được tình yêu đó.

Ngày 19 tháng Hai một giờ sáng tiểu đoàn nhận lệnh trở về Sài Gòn, cho lính lên xe trong đêm tối, lính yên lặng không kinh ngạc. Có quái gì đâu, những trò hề này chúng tôi đã quá quen! Đảo chánh, chỉnh lý hay cái gì đi nữa cũng chỉ vậy thôi, chúng tôi vô can, đứng ngoài.

- Đ.m.... Về Sài gòn lại đứng đường, gác chợ nữa như thằng ăn mày.

Tiếng chửi thề rơi vào im lặng, mọi người còn ngái ngủ. Sáu giờ sáng vượt cầu Phan Thanh Giản, xuống xe, quân tiến vào Đài phát thanh. Đại Đội tôi có nhiệm vụ dẫn đầu... À, chuyến này tôi làm "cách mạng" thực sự rồi. Những chiến sĩ can trường đã đánh bật quân phiến loạn ra khỏi Đài phát thanh trong buổi sáng hôm nay! Mẹ đời, coi chừng Đài phát thanh lại gọi đích danh tôi để ca ngợi không chừng... Tiến vô, thôi đánh trong thành phố với người anh em một lần cho biết. Trung đội tôi chạy luồn vào con đường nhỏ để đâm ra đường Phan Đình Phùng... Đến ngã ba, nơi rẽ tay trái hướng Đài phát thanh, hai tên khinh binh chạy đằng trước tôi thối lui lại...

- Thiết giáp! Thiết giáp! Thiếu úy khoan ra đã...

- Đ.m.... Tao đâu có ngu, đạn 12 ly 7 đụng vào là hết chữa, chết cái này lãng xẹt đếch có tuyên dương công trạng được.

Tôi báo cáo với đại đội trưởng tình hình rồi xin mượn khẩu SKZ 57 ly. Tôi hỏi ông ta:

- Bây giờ tôi khai hỏa xông thẳng vào Đài phát thanh hay sao?

- Bậy! Bậy! Chết bây giờ, xông con c... Đợi đó để tôi hỏi ý kiến tiểu đoàn...

Ông ta trả lời như thét.

- Lệnh cuối cùng: Không được khai hỏa trước, chỉ sẵn sàng tìm cách vào Đài phát thanh và chiếm mấy cái xe thiết giáp một cách yên thấm...

- Sao làm vậy được? Xe nó bằng sắt chứ phải bằng giấy đâu mà tôi lấy khơi khơi? Tôi phản đối đại đội trưởng.

- Tôi không biết, lệnh trên người ta kêu xuống như vậy.

Tôi chửi thề với mấy thằng lính:

- Đ.m.... Muốn đảo chánh thì tới đây mà chiếm Đài phát thanh, mắc mớ gì kéo tụi mình vào.

Tôi bò sát chân tường, liếc về phía Đài phát thanh để quan sát: Hai chiếc thiết giáp đậu im lìm chỉa súng về phía chúng tôi một cách đáng ngại, cửa các pháo tháp đóng kín chứng tỏ ở trong đó đang sẵn sàng... Những cửa sổ trên lầu Đài phát thanh lấp ló họng súng và những chiếc áo xanh của lính bộ binh. Tôi bò lui báo cáo với đại đội trưởng:

- Lên không được! Cả tiểu đoàn có lên cũng chết nữa chứ đừng nói một trung đội tôi.

- Anh cố làm sao vào trong đài đi!

Tôi mở máy phân bua với mấy thằng lính:

- Đại úy bảo gắng vào đài, thằng nào muốn làm ca sĩ thì thử liều đi! - Mấy tên lính lắc đầu cười méo mó...

Tôi bò ra ngã ba một lần nữa, bây giờ cửa của hai chiếc thiết giáp đã mở, mấy anh lính thiết giáp leo lên ngồi im lìm... Tôi bớt ngại, tháo chiếc khăn đỏ ở cổ ra phất phất mấy cái, mấy anh lính bộ binh từ trên đài đưa tay phất lại. Lính thiết giáp thì thầm hỏi

ý kiến nhau. Tôi lấy tay chỉ vào người tỏ ý muốn vào
đài, mấy anh thiết giáp gật đầu. Tôi chỉ vào chiếc xe
và lấy tay đánh vào đầu tỏ ý sợ bị bắn, mấy anh trên
xe cười rộ ngoắc tôi vào trong, tôi đứng dậy đi về
phía mấy chiếc xe, mồm cười thật tươi...
   - Sao không có gì chứ bạn?
   Tôi hỏi mấy người lính ngồi ở pháo tháp. Có mẹ gì
đâu, tự nhiên bắt giữ Đài phát thanh thì giữ chứ biết
gì? Tôi ngoắc tay ra dấu cho trung đội tôi chạy vào
đài, lính vừa chạy vừa kháo chuyện cứ y như trẻ con
chạy đua. Lúc vào đến trong đài, lính tôi và lính bộ
binh đang ngồi nói chuyện với nhau, mấy người lính
rờ vào lớp giấy chống tiếng động tại phòng ghi âm tò
mò một cách khôi hài; có đứa dựng nắp chiếc piano
lên đánh như điên... Cái phòng này để tụi ca sĩ hát
radô đấy mày... Mày ca cải lương tao coi chơi. Lính
đùa như phá. Bên phòng kia, một anh đang ngồi viết
bản tin mới nhất chắc thế nào cũng có câu: "Quân
cách mạng đã chiếm lại Đài phát thanh..."
   Tôi đi vào tiệm phở trước cửa đài, có mấy người
lính thiết giáp ngồi ăn ở trong đó, chúng tôi cười
với nhau.
   - Vừa rồi tôi cứ sợ các bạn bắn tôi chứ.
   - Bắn ông làm quái gì, đang đi hành quân bỗng
nhiên được lệnh về giữ Đài phát thanh chứ biết khỉ
gì đâu.
   - Các ông ở đâu đến?
   - Dưới Mỹ Tho...
   - Tôi cũng vừa ở Bà Rịa về, chẳng ra con mẹ gì cả!
   - Ừ.
   Người lính thiết giáp ghếch đôi giày đầy bùn lên
mặt ghế đánh rầm. Tôi bước chân ra khỏi quán phở,

nói nhỏ với thằng lính:

- Ở đây hình như có chỗ chơi bời, mày kiếm thử xem.

Thấp thoáng trước thềm đài một lô sĩ quan cao cấp đang đứng nói chuyện hân hoan.

Đột nhiên tất cả những ồn ào lắng xuống, tôi như bị bao cứng bởi một nỗi buồn rầu, giận dỗi vô cớ... Tội nghiệp cho tôi biết bao nhiêu, nào ai biết được? Sĩ quan trẻ đầy tương lai!

Tháng 2 năm 1965
Sài Gòn

Dưới chân Đèo Mang

Vừa chạm phải mặt đất, chiếc phi cơ đã hãm ngay đà lại, thân tàu rung mạnh dữ dội như chiếc tàu thủy bị sóng dồi. Núi đồi hai bên chạy ngược qua cửa phi cơ loáng thoáng. Phi trường thuộc hạng B, từ lâu chỉ được xử dụng cho các loại phi cơ cỡ C.47 nay vì tình trạng nghiêm trọng cần tăng viện một số binh sĩ tổng trừ bị, chiếc C.123 phải đáp xuống trong điều kiện kém an toàn. Ra được khỏi phi cơ, tôi thở phào khoan khoái như vừa thoát một đại nạn, mặt đất yên tĩnh dưới chân. Đất vẫn mầu nhiệm cho người sau nguy biến.

Nhớ đến lần hạ cánh vừa rồi tôi vẫn còn khiếp hãi... Phi cơ phải lượn từng vòng thật thấp, núi bên trái, núi bên phải, đầu và cuối phi đạo hai vực thẳm, từ ngày bị rớt máy bay ở Bình Giả, tôi đâm ra sợ tất cả các loại phi cơ nên khi từ trên cao nhìn xuống phi đạo ngắn ngủn này tôi đã hoang mang sợ hãi. Nhưng bây giờ thì yên trí. Đất đây rồi.

Quận An Túc nằm giữa đường Qui Nhơn-Pleiku, quận lỵ vắng vẻ vì Quốc Lộ 19 suốt cả năm nay không sử dụng được, Việt cộng áp dụng chiến thuật của chiến tranh năm xưa, chiếm giữ Quốc Lộ 19, cô lập cao nguyên, đe dọa các tỉnh miền Trung với ý định cắt miền Nam bằng một vùng an toàn chạy từ Pleiku xuống Bình Định. Tiểu đoàn chúng tôi đến đây cùng Tiểu Đoàn 8 Nhảy dù với nhiệm vụ tiếp cứu cho Tiểu Đoàn 22 Biệt động quân, giải tỏa áp lực địch đang đe dọa các trại Lực Lượng Đặc biệt. Sau này chiến dịch biến thành cuộc hành quân dài hạn để khai thông Quốc Lộ 19.

Đóng quân cạnh phi trường, trong rừng cây ngô đồng, không khí còn váng vất cái lạnh mùa đông, buổi sáng trời nhiều sương mù và tối rét co quắp, rét của đầu xuân cộng thêm rét núi làm mọi người xuýt xoa. Không có việc để làm, buổi sáng ra chợ uống cà phê, ngồi nhìn lính xếp hàng đi mua ái tình trước một ngôi nhà có chị em ta. Đầu tháng, lính có tiền, đồng thời biết rằng cuộc hành quân sẽ kéo dài thật lâu trong rừng tối, lính cố hưởng cho hết, dù là một phút phù du. Cuộc đời lẩm cẩm như thế, không nghĩa lý nhưng vô cùng thèm khát.

Buổi trưa, đợi lúc trời thật nóng đi tắm suối, suối chảy dưới hàng cây xanh, nước mát lạnh như đá; nhìn lên chiếc cầu cao gần mười lăm thước kể từ mặt nước, thân cầu còn dính bùn và củi mục của trận lụt năm qua. Con suối này là một nhánh nhỏ của sông Đà-Rằng, con sông mênh mông nhất của miền Trung, thở xưa mỗi lần đi xe lửa qua sông Đà-Rằng trong đêm nghe lung linh một cảm giác lo sợ mơ hồ.

Ở đây, cơn lụt của mùa đông năm trước đã dâng con nước lên đến mười lăm thước. Sông Đà-Rằng dưới hạ lưu đã dâng nước cao lên bao nhiêu? Tưởng tượng những làng mạc bị cuốn trôi trong giòng nước hung bạo đó, không ai có thể nghĩ thêm được một tai ương nào khác cho quê hương này nữa. Hình như Thượng Đế có căm thù gì với người Việt Nam. Tắm suối, lên nằm trên một cành cây sát mặt nước, uống hớp rượu đế, đọc một vài cuốn Poème của Eluard... Tôi nằm bềnh bồng trong màu xanh của lá, nắng nhảy múa trên da thịt và dưới lưng con suối lặng lờ chảy mãi...

Máng cuốn sách trên cành cây, xong buông mình xuống nước để trôi dật dờ một quãng xa. Những ngày thật êm đềm và dễ chịu, tôi nhớ những mùa hè ở biển Đà Nẵng, trần truồng đi trong trời, trong nước... Không hiểu phải chăng là một tật xấu bệnh hoạn? Nhưng khỏa thân đứng giữa một vùng thiên nhiên đối với tôi là một trò chơi quyến rũ... Nằm sấp trên ghè đá, nước chảy qua thân người, phần trên lưng hong khô dưới ánh nắng, thấy thân thể như nở ra, vỡ đôi, tan thành những mảnh nhỏ li ti trôi theo rì rào tiếng suối. Hết tắm suối, tôi đi dọc Quốc Lộ 19 hướng về Pleiku xa thị trấn chừng bốn cây số, nơi đây tuần trước có trận phục kích. Con đường xuyên núi buổi chiều trông uy nghi và cô đơn lạ thường, mặt nhựa đen nổi hẳn lên trong màu xanh của rừng, chạy mất hút trong nền trời tím đỏ ánh nắng.

Ngày 1 Tháng Ba bỏ quận, tiến về phía Tây lấy con đường làm chuẩn, tiểu đoàn đi hai bên, đến ấp chiến lược cách quận bảy cây số, dừng lại. Các đại đội chia nhau giữ các cao độ để Tiểu Đoàn 22 Biệt động quân vào lấy xác của binh sĩ tử trận những ngày trước. Xác của Biệt kích, Biệt động quân được kéo lên xe, chương sình, hôi thối, có xác của Dương, chuẩn úy cùng học một khóa *"rừng núi sình lầy"* với tôi. Nguyễn Thái Dương, tướng người thật vững chãi, mắt sắc, mũi thẳng, quắc thước, từ ngày mãn khóa học ở Dục Mỹ đến nay hơn một năm, tôi không biết bạn đi đâu, giờ gặp lại bạn chỉ còn là khối thịt tanh tưởi.

Đất nước này quả chật hẹp, có những người xa cách đã lâu bỗng nhiên gặp nhau lại trong một hốc núi, ngôi làng nhỏ hay trên đoạn đường đèo. Gặp lại nhau còn sống hay đã chết, xa xôi và cũng thật gần. Có người gọi tôi từ ngọn đồi đối diện... Thông, Khóa 17, người hiền nhất trong đám niên trưởng, cùng trung đội ở quân trường. Trong đời sống tôi có nhiều người ghét hơn thương, trừ một số bạn gần gũi, những người lạ thường ghét bỏ thậm tệ ngay khi gặp mặt lần đầu. *"Tướng khó thương"*, thôi thì đành chịu vậy.

Lúc ở trường tôi thường bị phạt đến độ khó chịu, ăn cơm trưa xong phải bắt súng chào ở phòng sinh viên đại đội trưởng cho đến giờ đi học buổi chiều. Bắt súng chào hơn tiếng đồng hồ quả thật rất nặng nề nhưng cơn buồn ngủ trưa Đà Lạt mới thật khủng khiếp. Trời lạnh, gió gây gây rét, nắng ấm không khí như đặc lại, cơn ngủ trưa đối với tôi thật cần thiết, thế mà tôi bị phạt trong suốt một tuần với cực hình khó chịu. Tôi có dáng *"ba gai"*, đúng như vậy, nhưng tôi biết lòng trung thực và hào hiệp hơn bình thường.

Sáu năm trời Sói Con đến Thiếu Sinh trong tập thể Hướng Đạo, đời sống tuổi niên thiếu ở với bạn bè đã cho tôi biết rằng bản thân có nhiều tinh thần cộng đồng và trách nhiệm, nhưng nhà binh hình như không ưa loại người như tôi. Gặp anh Thông tôi mừng lắm, hai năm chinh chiến anh già trông thấy...

- Tiểu đoàn đụng nặng tuần rồi, suýt nữa chết.

- Nhưng anh không chết là tốt rồi...

Thông cười. Mình hiền quá. Có lệnh cho anh di chuyển. Chúng tôi bắt tay, anh đi đầu dẫn quân xuống đồi.

Tiếp tục đóng quân tại quốc lộ, mỗi ngày mở đường tuần tiểu lục soát theo hình cánh quạt xong trở về đóng quân. Trời bắt đầu nóng, cỏ tranh cao quá đầu người cắt da thành những vết sướt thật xót, di chuyển trên đồi như đi trong lò lửa, không một bóng mát, hơi nóng từ đất bốc lên gặp thành những luồng nhảy múa đến hoa mắt.

Khát và đói, đồ ăn khô đã ăn đến ngày thứ mười. Mười ngày không có chất rau, cơm dọn ra nhìn hộp thịt heo loáng mỡ, cầm đũa ăn một chén lửng dạ, nuốt thêm không được. Tiếp tục đi, mồ hôi vã ra và mệt ngất ngư. Thiếu chất rau tôi hóa thành lờ đờ ngái ngủ, không ăn được nhiều nên sức khoẻ xuống đến độ thấp nhất, chỉ linh động được vào buổi chiều sau lần tắm. Thèm đủ thứ, thèm rau, thèm đồ ngọt, cục nước đá... Tiền đầy túi nhưng không thể mua ở đâu ra thức cần dùng.

Lính đánh bạc như điên, chia bốn anh ra gác ngọn đồi, họp thành sòng bạc trong nháy mắt. Tàn canh, tên lính đứng dậy đếm tiền, mười sáu ngàn đồng bạc, nó đã thu hết tiền của ba tên kia. Đến chiều, lại thua hết sạch trong sòng khác dưới chân cầu. La mắng, phạt cũng không ngăn chặn được, không có việc làm, dư tiền, lính không biết làm gì hơn là đánh bạc. Xé bộ bài này, họ lấy giấy bìa vẽ thành bộ khác để đánh... Chẵn lẻ, đố bạc, đố ruồi, một trăm cách để lấy tiền của nhau.

Ngày thứ mười hai, chúng tôi thay đổi hoạt động,

không tuần tiểu vào sâu hai bên đường nữa, nhưng đi dọc con đường để giữ an ninh lộ trình cho công-voa từ Qui Nhơn đi Pleiku. Tiểu đoàn có nhiệm vụ giữ an ninh đoạn đường từ An Túc đến phía nam đèo Mang. Trung đoàn địch đang lẩn trốn ở vùng này có nhiệm vụ phá vỡ trục giao thông, phục kích các đoàn xe và các đơn vị đi mở đường.

Nằm trong ngôi nhà của đồng bào Thượng nhìn vài chiếc xe hàng đi qua không chán mắt. Mới xa thành phố nửa tháng tưởng thấy như lâu lắm. Con gái ngồi trên xe trông quyến rũ kỳ lạ như dấu tích của thành phố có điện, có nước đá, của đời sống không đe dọa. Những chiếc xe hàng đi qua gây một hãnh diện ấm áp trong lòng. Những ngày cơ cực của chúng tôi đã có kết quả, tạo một bình yên cho người khác. Chiếc xe xộc xệch, mệt mỏi lăn trên đường như phần thưởng cho những ngày sống trong vùng núi đồi heo hút. Con đường nhựa, chiếc xe như dấu vết của thành phố được gần lại.

Bao nhiêu lần hành quân, mỗi khi nhìn vào bản đồ thấy những mục tiêu ở sát một con đường, dù là đường đất, lòng vẫn thấy dễ chịu. Lội bao nhiêu ngày trong rừng hay những vùng sình lầy hoang vu, rút quân ra đường nhựa, bước chân lên khoảng đất bằng phẳng của mặt đường, lòng sung sướng như một thuở về nhà. Con đường, vạch đỏ trên bản đồ - Dấu hiệu của một đêm một ngày thấy được mặt trời, ăn được bữa cơm nóng. Ký hiệu một vạch đỏ trong vùng rừng xanh ngắt đối với lính thật quí giá và thân thiết.

Tháng Chín năm 1964 hành quân mười ngày trong mật khu Hố Bò rút ra bị phục kích gần Bến Mương, băng qua bãi nhảy dù Củ Chi, trung đội tôi chạy muốn tắt thở, đến quốc lộ mừng rỡ như thấy cứu tinh, muốn cúi xuống hôn trên mặt nhựa đường.

Thằng Ngọ, thằng bé làm cho tôi đi đến, cười toe toét:

- Em kiếm được cái bắp cải.

- Đâu?

Ngọ rút trong bụng ra một bắp cải nhỏ bằng hai nắm tay, lớp lá ngoài thối ủng chỉ còn lại phần lõi bên trong.

- Lấy chai xì dầu, kiếm tí ớt...

Xì dầu được đổ ra, ớt dầm thật cay, hai thầy trò bẻ từng cuộn lá chấm vào chất nước đen sì. Cay đến chảy nước mắt. Không biết vì nước mắt chảy ra hay chất rau đã làm mắt tôi sáng lên. Trong bóng nắng miền núi, tôi và thằng bé ăn bữa rau ngon nhất trong đời. Ngọ cười hả hê.

- Em có xin được miếng thịt heo.

- Heo của ai?

- Heo của đồng bào bỏ lại, tụi Đại Đội 70 làm thịt, em xin.

- Tốt, gắng kiếm tí rau nữa thì hơn. Tôi cho nó hai trăm đồng, thầy trò rủ nhau xuống chân cầu tắm, vui sướng và dễ chịu được sống qua một ngày đầy đủ.

Ngày thứ mười lăm của cuộc hành quân, bỏ quốc lộ tiến sâu vào bên phải, dọc theo con đường đá dẫn về phía Bắc. Bản đồ quá nhỏ không biết con đường dẫn đi đâu, Việt cộng sử dụng con đường này để giao liên và chuyển quân. Ngày hôm kia Việt cộng đánh trại Lực Lượng Đặc Biệt K'nack, bộ chỉ huy chiến đoàn ước tính địch sẽ rút về án quân ở những thung lũng phía đông quốc lộ, nơi cuối con đường chúng tôi đi đến. Chiến đoàn sử dụng Tiểu Đoàn 8 Nhảy

Dù trực thăng vận từ phía bắc xuống, tiểu đoàn tôi lấy con đường đá làm chuẩn di chuyển từ phía nam lên. Hai bên sẽ giao tiếp nhau trong ngày thứ hai của cuộc hành quân. Tiểu đoàn di chuyển thật chậm, không phải lối đi khó nhưng địa thế quá bất lợi nếu Việt cộng phục kích. Con đường đá nằm lọt trong thung lũng không thể đi trên đường vì sợ chông và mìn, chông lớn bằng cột nhà được trồng nghiêng nghiêng đầy hết con đường để chống trực thăng vận, mặt đất la liệt chông nhỏ để chống người. Việt cộng thật cẩn thận, bất kỳ một trảng to hay nhỏ nào chúng đều đặt chông tua tủa. Tiểu đoàn lấy mé đồi bên phải đường làm hướng đi, cỏ lau dày đặc nóng bức đến nghẹt thở.

Cơm trưa, nghỉ được mười lăm phút lấy nước xong tiếp tục đi. Hai giờ chiều, trung đội đi đầu của Đại Đội 73 đụng địch. Địch khai hỏa trước, thượng liên và AK nổ ầm ĩ át hẳn tiếng súng Carbine M.2 bên ta. Tiểu đoàn được lệnh rời sườn đồi xuống hết trên con đường.

- Báo cáo có hai chết, khinh binh chưa lấy xác được.

Bao nhiêu lần đều như vậy cả, Đại Đội 73 đi đầu với anh trung đội trưởng Toàn, tức là Toàn *"nhọ"* thì thế nào cũng đụng trận. Mặt nó có *"cô hồn"*. Quả thật vậy, Toàn đen kịt, đen ròn, mặt xương dáng cao gầy, người của hắn ta là một cái gì khô đét, ẩn kín vào trong. Đại Đội 73 đưa thêm một trung đội nữa lên phía tay mặt, kẹt luôn. Địch bố trí thẳng góc với hướng quân chúng tôi, rừng quá dày không xung phong được. Toàn báo cáo đã lấy được một thượng liên và bốn AK.

Trận đánh vẫn tiếp tục bằng pháo kích, đạn súng

cối của Việt cộng nổ dọc con đường đúng với hướng tiến vừa rồi của tiểu đoàn chúng tôi. Đúng là địch đã theo dõi chúng tôi từ trước. Đạn nổ cách khoảng mươi thước một từ đầu đến cuối đoàn quân và ngược lại. Súng cối của Việt cộng cứ bắn đều đều, tiểu đoàn không dám dùng súng cối để phản pháo vì sợ lộ vị trí, đồng thời biết chắc rằng cũng không có hiệu quả, súng cối địch đã được che dấu kỹ ở dưới các hầm sâu. Phía đầu của hàng quân, Đại Đội 73 xử dụng hết cả ba trung đội tác chiến nhưng vẫn không thanh toán được mục tiêu.

Địch cố thủ trong những giao thông hào, bên ta không tiến sát được. Việt cộng bắt đầu đổi hướng tác xạ, thay vì bắn dọc bên phải con đường, bây giờ chúng bắn rơi ngay trên đường nơi toàn bộ tiểu đoàn đang bố trí hàng dọc. Một quả đạn rơi đằng trước mặt chúng tôi. Tôi báo cáo đại đội trưởng:

- Xin cho rút lên bên phải con đường lại.

Không có tiếng trả lời. Bộ chỉ huy tiểu đoàn từ phía trước chạy dạt về sau, địch đã pháo kích trúng, hai binh sĩ bị thương, tiểu đoàn rút lên bên phải con đường. Trong máy truyền tin nghe những tiếng la, Việt cộng gọi đích danh tên tiểu đoàn trưởng và đại đội trưởng ra để trêu chọc. Một màn xỉ vả nhau trong máy diễn ra giữa ta và địch. Đổi qua tần số giải tỏa, chúng nó biết tần số mình rồi... Mấy anh hiệu thính viên (lính truyền tin) bảo nhau ơi ới. Bây giờ Việt cộng pháo kích một chỗ, phần cuối của Đại Đội 73 và đầu đại đội tôi.

- Rút lên đồi đi.

Tôi ra lệnh cho anh xạ thủ đại liên lên trước. Một tiếng nổ thật gần, ánh sáng lòe lên trước khi nghe được. Người tôi bị nhấc bổng lên một khoảng xong rơi xuống, áo quần rách toang như vừa bị xé bởi lưỡi dao thật bén, chung quanh trung đội nằm la liệt.

- Gọi Tăng Màn Tài đến!

Anh trung đội phó người Tàu chạy đến mặt mày hớt hải:

- Chết rồi! Chết rồi...

- Chết thế nào được, nhặt súng mấy thằng bị thương bó gọn lại... Tôi nghẹt thở nói tiếp không được, cởi dây đeo đạn trao khẩu súng cho viên trung sĩ xong bò lên đồi nơi bác sĩ Đạm đang băng bó.

- Có sao không bác sĩ?

- Không sao, ông chỉ bị nhẹ thôi...

- Có gì bác sĩ cứ nói cho tôi biết. Tôi năn nỉ thảm thiết tựa như mình sắp chết, một đoạn ruột lòi ra trắng phếu trông đến sợ...

- Không sao, tôi bảo đảm với ông như vậy.

Nghẹt thở quá phải há mồm ra. Tôi thất sắc. Chết rồi, thường người sắp chết hay há mồm ra thở như thế này, đồng thời tôi cũng đã biết, khi bị thương nặng mà tỉnh táo thì thế nào cũng đi đoong. Chết, tôi nghĩ đến một cái gì thật lạ lùng nay sắp phải gặp. Niềm bí ẩn khiếp sợ của con người, tôi sắp đến với nó đây. Trong cuốn L'Idiot có đoạn nói người sắp chết lúc ở trên đài xử giảo, trong giây phút cuối cùng của đời sống hắn ta đâm ra sáng suốt và bình tĩnh... Tôi cho đó là nói quá, nhưng bây giờ thì quả thật vậy. Những giây phút đầu tiên tự nhiên lắng dừng lại, tôi bình thản một cách lạ lùng...

Tuổi nhỏ, tuổi lớn, những ngày vui, bạn bè, các em và mẹ tôi, những phút giây sung sướng, những nghèo nàn cơ cực phải gặp, tình yêu đầu tiên, sự thương mến của những thằng bạn quý... Tôi nghĩ ngợi mông lung như đang ở trong lúc nhàn hạ. Trời đã tối, Đại Đội 73 ở trước vẫn còn đụng độ, nhưng địch hình như rút lui xa, tiếng súng cá nhân nghe rời rạc, nhưng thay vào đó súng cối địch bắn mạnh hơn, may mắn đạn chỉ rơi vào khoảng trống không gây thiệt hại nào, cũng có quả đạn nổ thật gần làm giật bắn người.

Không lẽ lại bị thương thêm một lần nữa? Nhìn lên trời cao, sao sáng rực, đêm mát mẻ, bây giờ tôi tỉnh táo hoàn toàn đâm ra nghĩ lẩn thẩn. Nếu địch tấn công trở lại và tràn ngập thì chỉ một cách là leo lên cây trốn. Tôi đưa mắt tìm một cây cao và rậm dễ trèo lên nhất... Phải có một sợi giây để cột mình vào thân cây cho khỏi bị té. A, còn đôi giây giầy đây. Tôi yên dạ.

Phi cơ bắt đầu oanh tạc bom napal, rừng bị đốt cháy sáng rực một góc trời. Mùi cỏ cây cháy khét bốc lên ngây ngất, ngọn lửa như một cứu viện bình yên. Tưởng đến cảnh địch phải bỏ chạy trong biển lửa tôi yên chí ngủ thiếp đi lúc nào không hay. Chiến tranh làm nẩy nở toàn diện bản năng tranh sống nên không thể bảo do tàn bạo khi nhìn ngọn lửa nhảy múa trong bóng đêm, tưởng đang đốt cháy kẻ ở phía thù nghịch và lòng thoáng rộ hân hoan kỳ quái. Tôi không thù oán những người phía bên kia, nhưng một cuộc đấu chỉ kết thúc khi một bên bị tiêu diệt. Lẽ tất nhiên tôi không muốn bị tiêu diệt.

Chiếc xe Jeep đưa tôi từ Tân Sơn Nhất về bệnh viện Cộng Hòa chạy trong nóng bức ồn ào của thành phố Sài Gòn. Bây giờ thì tôi đã kiệt lực lắm rồi, hai mươi bốn giờ sau khi bị nạn, hai chuyến máy bay, bây giờ thêm một lần xe. Mỗi khi xe lắc lư người muốn gẫy đôi, tôi tưởng chừng như những mảnh đạn cứa vào ruột theo chuyển động của chiếc xe. Mồ hôi vã ra như tắm, tôi gắng gượng ngồi dậy để dễ thở. Chưa có một đoạn đường nào dài đến thế trong đời phải đi qua. Thấy được cổng bệnh viện Cộng Hòa, mừng rỡ muốn ứa nước mắt. Tin chắc rằng thế là thoát chết. Xong rồi, tôi có thể thở dài khoan khoái, thoát nợ.

Phòng mổ số Hai sơn màu xanh mát lạnh. Tôi tỉnh hẳn người khi nằm đợi trên bàn mổ. Chẳng có gì phải lo ngại. An Khê - Sài Gòn, chiến tranh, tất cả coi như giải quyết xong. Bác sĩ Thanh đi vào cùng với bác sĩ Các, mọi người chuẩn bị đồ nghề để "khui" tôi. Tôi nhìn các động tác của họ, dụng cụ phòng mổ, tò mò như kẻ ở ngoại cuộc. Khi người y tá rút cây kim ra khỏi mạch máu thì căn phòng hóa ra mờ dần, mờ dần... Tôi ngủ thiếp đi.

Tháng 3 năm 1965
An Khê

Những Ngày Gãy Vụn

Ngày 9 Tháng Sáu, nằm ứng chiến tại hậu cứ Tiểu Đoàn 8 Nhảy Dù đã ba ngày, tiểu đoàn chỉ có việc huấn luyện tại chỗ cho binh sĩ, đồng thời sẵn sàng di chuyển. Mười một giờ, tiểu đoàn được lệnh ra phi trường Tân Sơn Nhất. Lãnh bản đồ của Vùng III Chiến Thuật, như vậy dự định hành quân ở miền Trung được hủy bỏ. Chiến trận vùng III trở nên khốc liệt, quận lỵ Đồng Xoài bị tràn ngập ngày hôm qua. Quận Đồng Xoài, nếu gọi đúng địa danh hành chánh là quận Đôn Luân bị tấn công mạnh, quân trú phòng bị tổn thất nặng. Một tiểu đoàn Bộ binh và một tiểu đoàn Biệt động Quân đã đến tăng viện, chúng tôi phải đến Đồng Xoài ngay chiều hôm nay. Ba giờ chiều, tiểu đoàn đến phi trường Phước Long, ngủ đêm tại đây đợi ngày mai trực thăng vận vào Đồng Xoài.

Ngày 10 tháng Sáu, quận lỵ hiện ra tiêu điều xơ

xác trong ánh nắng vàng võ của buổi chiều. Nhà cửa ở khu phố ngoài hàng rào văn phòng quận bị sụp đổ hoàn toàn chơ vơ vài bức tường cháy loang lỗ, vết đạn ghi đầy. Tiểu Đoàn 52 Biệt Động Quân xuống trước chúng tôi một ngày nay đang bố trí giữ hướng tây của quận. Chúng tôi tiến vào lục soát khu vực phía đông. Bên trong dãy nhà sập, thảm cảnh vẫn còn nguyên dấu vết, có gia đình một mẹ ba người con chết từ hai ngày chưa ai hay, căn nhà đã đổ xuống phủ kín bốn thây ma xông lên mùi nồng nặc.

Quận ly đầy hơi tử thi, chúng tôi không dám moi gạch lên để tìm xác chết vì xác chết đem ra ngoài ánh sáng lại càng hôi thối hơn. Có những xác Việt cộng của ngày tấn công hôm trước không được đồng bạn kéo đi nằm ngổn ngang trên lối đi, ruồi bâu vào những lỗ thủng của vết thương bay vù lên như một đám bụi nhỏ khi chúng tôi đi qua.

Đại Đội 72 báo cáo: Bắt được một tù binh Việt cộng, tên người gầy rạc, nét mặt kinh hoàng không thể trả lời với chúng tôi được một câu hỏi. Bỏ quận ly lại, tiểu đoàn tiến dọc theo Liên Tỉnh Lộ 14 hướng về đồn điền Thuận Lợi. Lấy con đường làm chuẩn, tiểu đoàn chia làm hai cánh quân đi song song. Đến khu rừng cao su non, khinh binh đi đầu báo cáo: Có nhiều xác chết mặc đồ bộ binh. Kéo ra đường đợi trực thăng xuống mang đi. Tiểu đoàn trưởng ra lệnh. Đến bây giờ chúng tôi mới có thể biết nhiệm vụ được giao phó: Đi nhặt xác chết của đơn vị bạn. Tiểu đoàn bạn đã được trực thăng vận đến nơi này trong ngày 8 tháng Sáu, bị phục kích ngay tại bãi đáp, trực thăng và binh sĩ bị đàn áp bởi một hỏa lực hung hãn trong khoảng thời gian nguy hiểm nhất của cuộc hành quân trực thăng vận, tiểu đoàn này đã bị đánh tan ngay trong giờ phút đầu tiên của trận chiến.

Xác chết nằm rải rác dài trên cây số, càng đi sâu lên phía bắc, người chết càng nhiều. Những người bạn xấu số chết như nằm ngủ, có anh ở vị thế ngồi, có anh đang ẩn mình sau gốc cây, có xác chết như vừa ngã xuống. Đến chiều, tiểu đoàn chúng tôi chỉ nhặt được trên bốn mươi xác. Lệnh ngủ đêm tại đây, sáng mai thu nhặt nốt. Đã quen với chiến trận và xác chết, nhưng phải ngủ trên cùng một chỗ với người chết, hơi thối bốc lên tanh tao, không ai không khỏi ái ngại.

- Cái nón sắt thằng nào vứt đây?

Không có tiếng trả lời. Tên lính tiếp:

- Không thằng nào nhận thì tao lấy.

Một lát sau có tiếng tru tréo:

- Đ.m.... Nón của thằng chết, còn dính óc tùm lum đây nè...

Tôi hút thuốc lá liên miên, trời mưa, tưởng chừng như những xác chết phình lên dưới cơn mưa, bốc hơi ngùn ngụt và chúng tôi hít thở bầu không khí nặng mùi đó.

- Ở đây có một thằng chết nữa!

Tên lính đổi gác về vấp phải thây ma la lớn...

- Đ.m.... Chết quái gì kỳ thế này, tìm suốt buổi chiều không có, bây giờ mới bò ra.

Đêm thật dài với những thây chết bên cạnh. Một rủi ro xảy đến, gió làm rơi cành cây đè chết một binh sĩ của Đại Đội 74. Xui rồi, chưa gì đã chết nhảm, kỳ hành quân này chắc cũng giống như lần ở Bến Cát... Lính bàn tán.

Ngày 11 tháng 6 tiếp tục nhặt xác, trận mưa đêm qua làm các thây ma trở nên khó coi, da người chết căng mỏng tanh và trắng nhớt tưởng như đụng vào sẽ vỡ toang. Xác chết gặp nước căng phồng lên phải bốn người khiêng mới nổi. Hai người nắm cổ tay, hai người giữ đôi chân. Xác chết được kéo xềnh xệch trên mặt đường, xếp cạnh nhau như những con bê. Sĩ quan chúng tôi cũng phải làm việc này để rút bớt thời gian. Thoạt đầu còn e ngại nhưng đến xác thứ tư thứ năm lớp thịt nhũn của xác chết tiếp xúc với bàn tay hóa thành quen. Đi từ nơi để xác trở vào rừng, tôi không dám nhìn vào hai bàn tay của mình, thịt da người chết đã phết một lớp dầy trên da tay. Hai giờ chiều, xác chết đã nhặt được hết, tôi chà tay xuống mặt đất như muốn bóc hẳn lớp da. Thèm điếu thuốc lá nhưng không dám đưa bàn tay lên môi.

Tiếp tục tiến quân lên hướng bắc, mục tiêu là đồn điền Thuận Lợi, việc nhặt xác chết đã làm mọi người trở nên phờ phạc, hơn nữa dân chúng từ khu đồn điền chạy về Đồng Xoài đã báo nhiều tin tức đáng ngại. Trung đoàn Q.762 Việt cộng đang lẩn khuất đâu đây để rình rập chúng tôi. Mọi người mệt mỏi căng thẳng đến cao độ.

Đến con đường vòng quanh đồn điền, một vài tên Việt cộng chạy thấp thoáng. Có tiếng súng nổ rời rạc ở đầu Đại Đội 74. Việt cộng nổ súng xong chạy vào trong đồn điền. Đúng là chúng đang dụ chúng tôi. Đoàn quân dừng lại một lát để chờ ý kiến quyết định của tiểu đoàn trưởng. Lệnh cho Đại Đội 74 và 72 tiếp tục tiến sâu vào đồn điền. Tiểu đoàn tiến lên phía Bắc năm trăm thước thì dừng lại. Đại Đội 70, 71, 73 bố trí thành một hình bán nguyệt, trông về phía tây và phía nam hướng tiến.

Đến bây giờ chúng tôi cũng không biết lệnh tiến vào khu đồn điền xuất phát từ bộ chỉ huy hành quân hay quyết định của tiểu đoàn trưởng. Cấp trung đội trưởng không được họp để biết rõ chi tiết trên. Riêng chúng tôi ở đầu hàng quân đều nhận thấy rõ rằng: Địch đang dụ chúng tôi vào bẫy. Nhưng nhà binh là tuân lệnh, nguyên lý cứng nhắc đó không đủ để dẹp hết e ngại. Toán dân chúng buổi sáng chạy về Đồng Xoài đã cho chúng tôi biết: Địch ở khu đồn điền rất đông đến cấp trung đoàn, bộ chỉ huy địch tổ chức sinh hoạt như một khu an toàn. Ăn uống liên hoan, tranh giải thể thao... Chúng sẵn sàng đè bẹp chúng tôi!

- Đống Đa đây! Báo cáo có rất nhiều điểm khả nghi, địch bắn chúng tôi rồi bỏ chạy. Không thấy người được, địch chạy dưới giao thông hào.

Tôi báo cáo với đại đội trưởng, ông ta hỏi ý kiến của tiểu đoàn, lệnh được lập lại. Tiếp tục vào, cẩn thận.

- Vào cho chết à! Mấy tên lính đi khinh binh cần nhằn.

- Nó dụ mình vào mà cứ tưởng bở.

- Đừng nói nữa, coi chừng mấy cái nhà trước mặt.

Thấp thoáng sau thân cây cao su, nhà của đồn điền bắt đầu thấy rõ, nhà gạch lớn mái đỏ, nhà làm mủ cao su, nhà thờ của công nhân, khu đồn điền trông như một thành phố nhỏ. Từ trong những dẫy nhà, địch bắt đầu khai hỏa. Chỉ có súng cá nhân. Đánh được rồi chúng mày. Lính bảo nhau. Đại Đội 74 đưa Trung Đội 1 do thiếu úy Dũng lên chiếm một dẫy nhà đầu tiên, một trung đội của Đại Đội 72 tiến lên song song. Việt cộng bỏ khu nhà chạy sâu vào trong. Áo xanh của chủ lực quân Việt cộng hiện rõ ràng trên nền tường quét vôi trắng.

- Báo cáo không thể tiến thêm được nữa, địch quá đông, xin pháo binh. Tôi gọi về đại đội nói như hét.

- Không bắn pháo binh được, khu đồn điền có dân và có nhà thờ.

- Dân con mẹ gì. - Tôi la muốn vỡ phổi để phản đối. - Không phải dân đâu, toàn là Việt cộng thôi...

- Bộ chỉ huy hành quân quyết định không cho bắn, anh về đó mà kiện... Đại đội trưởng cũng hằn học không kém.

Một vài người lính bộ binh thuộc Sư Đoàn 5 Bộ binh bị Việt cộng bắt đi trong ngày mùng 8 từ mấy ngôi nhà bên cạnh chạy ra gọi chúng tôi rối rít.

- Không vào được đâu các anh, tụi nó cả trung đoàn ở trong đấy!!

Không thể lùi được nữa, vào đến đây chỉ còn con đường tiến trước mặt. Khu trung tâm đồn điền có một cái lầu nước bên kia phi đạo, chúng tôi đang ở trên một sườn đồi, trước mặt địa thế quá trống trải. Hai trung đội của Dũng và Đỗ được lệnh ép trái, để tránh đường đạn của địch, băng qua phi đạo chiếm khu trung tâm đồn điền. Đến giờ phút này, phía trái và đằng sau lưng chúng tôi vẫn chưa có tiếng súng. Trời bắt đầu mưa, mưa đầu mùa, gió thổi mạnh oằn thân cây, lá cao su bay dầy đặc. Khu đồn điền mịt mờ như trong buổi hoàng hôn.

Mưa trút nước càng ngày càng mạnh, khu rừng biến thành tối đen. Hai đại đội đi đầu dồn hỏa lực để yểm trợ hai trung đội vượt phi đạo... Thật nhanh, lính của Dũng và Đỗ vượt qua phi đạo với tất cả sức mạnh của đôi chân. Được nửa phi đạo, súng nổ. Từ lầu nước, đại liên 50 và 30 ly nổ không dứt, đạn cày trên mặt cỏ bốc bụi đầy. Lính của hai trung đội ngã nhào xuống như những thân cây bị đốn. Đỗ chết ngay tại chỗ, Dũng bị thương ở tay cố chạy dạt về phía trái được ba bước, một loạt đạn nữa ghim ngang ngực,

Dũng ngã xuống đất bất động. Hai người lính sống sót độc nhất của hai trung đội bò về phía sau. Bây giờ súng nổ rền chung quanh. Từng loạt hô xung phong vang lên khắp bốn phía rừng. Tiếng mưa đổ trên lá, sấm sét bị át hẳn vì tiếng súng và người la ó. Trong bóng mờ mịt mùng của khu rừng, những bóng đen hiện rõ mồn một.

- Đầu hàng, đầu hàng! Việt cộng vừa tiến đến vừa la lớn.

... Hàng con c...! Bắn trả lại, không kịp! Đạn chạy ra khỏi nòng súng trong nháy mắt, lắp thêm một băng nữa, một họng súng kề trước mặt. Chạy lui vào gốc cao su bắn trả lại... Lính của hai Đại Đội 72 và 74 chạy dạt hẳn về phía tay phải. Khu đất phía tay phải là một sườn đồi thấp xuống thật trống trải với một vườn chuối non. Hết đường rồi, trước mặt, phía trái, đằng sau AK của địch át hẳn Carbine M.2 của chúng tôi. Một vài anh lính Đại Đội 71 chạy lên dáo dác. Việt cộng có cả xe bọc sắt...

- Đ.m., đánh không được nữa. Ông Kỳ (đại đội trưởng) chết rồi!

Máy truyền tin im bặt. Bây giờ là lúc cá nhân tự chiến đấu...

Qua khỏi khu vườn chuối cuối cùng của sườn đồi, một hàng rào dây kẽm gai bít lối. Những người lính đầu tiên sắp sửa chui qua thì từ phía Bắc đại liên bắt đầu nổ, tôi nghe rõ tiếng đại liên 12 ly 7. Một tiểu đội ngã gục ngay trong giây phút đầu tiên. Hết đường, đúng là đến đường cùng. Tôi chạy lui về phía Nam, một cảnh tượng đau lòng và kinh khiếp. Lính của Đại Đội 73 coi như chết gần hết, còn lại khoảng chừng hai tiểu đội vừa bắn vừa kéo lên phía chúng tôi. Cuộc gặp gỡ thật bi thảm, một phần của đại đội 70 từ cánh phải kéo đến. Trung úy Hợp, Đại Đội Trưởng 70 chỉ tay về phía trái...

- Con đường này có thể chạy được, cậu (chỉ tôi) dẫn anh em chạy ra đấy.

Tôi gật đầu bừa, kéo số còn lại chạy theo hướng vừa chỉ, cố tránh xa lằn đạn đại liên của địch đang bắn dọc hàng rào... Chỉ còn một lối này, may thì sống, không thì mất. Đang phân vân chưa dám lao mình qua hàng rào, một loạt đạn bay vụt đến, tôi ngã xuống như một chiếc lá khô...

Trời tối mịt, mưa vẫn ào ào trút xuống, rừng đen thẫm. Tiếng súng đã im, nhưng xung quanh âm âm tiếng rên rỉ của người bị thương. Bây giờ tôi mới biết đạn trúng vào tay và mặt, vết thương xem như nhẹ nên rất tỉnh táo. Chính điều này mới thật khốn khổ vì Việt cộng lục soát thấy được tôi thế nào chúng cũng giết hoặc bắt đi, cả hai đều đáng lo ngại.

Tôi tỉnh táo nên có thể nghe rõ tiếng kêu cứu trong đêm tối, lời rên la thảm thiết như âm vọng từ cõi chết. Nước mắt chợt trào ra, nhớ lại những kẻ chết từ buổi chiều, nay tôi chứng kiến thêm những giây phút hấp hối của đồng bạn. Người sắp chết trong những giây phút cuối cùng chẳng ai nghĩ đến bản thân, tất cả chỉ nghĩ đến cha mẹ, vợ con... Những tiếng kêu *"Con ơi... Mình ơi..."* như những mũi dao nhọn đâm thật sâu vào người, tôi muốn bịt tai lại để khỏi nghe phải. Nhưng đêm im lặng, lời than hấp hối kéo dài, vang xa...

Có chân người rì rầm đi đến, Việt cộng đi thanh toán chiến trường! Tiếng chửi mắng chen lẫn tiếng nổ khô và gọn. Chúng chửi mắng hoặc bắn chết thương binh. Chưa bao giờ tôi căm thù và ghê tởm bọn chúng đến ngần này. Chiến tranh là luật của sống chết, nhưng khi người đối địch với mình ngã xuống thì ai nỡ lòng nào để hành hạ và giết chết. Lũ chúng nó, loài không có linh hồn. Đã bao lần chúng tôi bắt được tù binh, kẻ cho thuốc lá, người cho cơm ăn, những người lính Nhảy dù xưa nay vẫn có tiếng là cứng rắn nhưng chưa một lần nào chúng tôi hành hạ tù binh, huống gì tù bị thương. Nhưng ở đây, bọn Việt cộng như một kẻ vô linh hồn, chúng quên mất tình người...

Người nằm đấy, những người Việt Nam chung với chúng một dòng máu, chiến tranh đã biến đổi họ thành thù địch trong trận đánh, nhưng bây giờ còn gì để tạo nên thù hận! Nhưng rõ ràng tôi nghe trong bóng đêm những tiếng chửi mắng tục tỉu, và những tiếng nấc cuối cùng của người chết khi nhận những lát dao tàn bạo hoặc những viên đạn cuối cùng thật chính xác nổ vào đầu... Tôi bò nhanh về phía tay phải theo triền dốc, đâu đâu cũng có người chết, có xác đã lạnh cóng, có xác còn nóng của những kẻ vừa chết. Tôi đụng vào một người.

- Ai đó? Tôi, Cấm đây, cứu dùm tôi với...

Có tiếng chân người chạy đến, một tên Việt cộng...

- Mẹ mày, để tao cứu cho.

Nó cười hềnh hệch man dã, một viên đạn nổ chát chúa, nó bắn vào đầu anh Cấm... Tôi nằm im không nhúc nhích, mặt úp xuống lá cao su. Tôi giả vờ chết khi tên Việt cộng đá vào chân. Hỏa châu bắt đầu thả xuống, những xác chết ẩn hiện theo luồng ánh sáng xuyên qua cành lá kinh khiếp và thê thảm như một cảnh địa ngục. Một phi cơ xuất hiện, bom trút xuống, khu đồn điền rung rinh như cơn động đất, lửa cháy sáng rực, những người bị thương cố vùng lên để chạy xong ngã xuống, chập choạng như xác chết nhập tràng...

Tôi cố bò về phía ngọn suối, vượt qua hàng rào dây kẽm gai, đè ngay lên một xác chết... Khoảng bốn giờ sáng, tôi kiệt lực khi biết mình ra đến con lộ chạy từ Đồng Xoài lên. Việt cộng tập họp điểm danh ồn ào cả một khu rừng, rồi chúng bắt đầu đi. Bước chân người dồn dập như một cuộc diễn binh vĩ đại kéo dài cho đến khi trời ửng sáng. Không hiểu ai đã ra lệnh cho cuộc dội bom vừa rồi? Chắc hẳn những người đó muốn kết thúc thời gian hấp hối của thương binh đơn vị tôi!

Tiên sư cha chúng nó, sao không dội bom ngay trên con đường nơi Việt cộng tập họp... Tôi chửi thề với uất giận cao độ. Hai mươi bốn giờ sau khi về được bến Đồng Xoài, lớp thịt chung quanh chỗ bị thương đã thối loét hẳn đi, tôi muốn thổ huyết vì giận dữ khi đi qua lều của bộ chỉ huy hành quân, những viên sĩ quan tham mưu ngồi nhìn tôi như con vật lạ...

Những sự kiện trên đây do Hải, người trong cuộc kể lại. Tôi nghỉ dưỡng thương ở nhà nên bi kịch chỉ thấy được tại hậu cứ, nơi cường độ bi thảm lên tới tột đỉnh. Ngày 12 tháng Sáu đang ở Sài Gòn, đột nhiên lòng nóng như lửa đốt, vết thương ở bụng từ tháng Ba đến giờ vẫn chưa lành hẳn. Tôi mượn chiếc Lambretta của một người bạn chạy thật nhanh về nhà ở Biên Hòa. Dọc đường gặp một người lính cùng đơn vị.

- Thiếu úy có biết gì không?

- Có gì xảy đến cho tiểu đoàn, bao giờ tiểu đoàn về?

- Vậy không biết gì hết sao? Tiểu đoàn đụng nặng ngày hôm qua, giờ này chưa biết rõ, nhưng chắc bị nặng lắm...

Tôi bỏ anh ta lại đằng sau, phóng xe như bay vào phi trường, doanh trại chưa đến nhưng đã nghe lao xao tiếng người...

Gia đình binh sĩ đứng đông nghẹt ở sân cờ, những người vợ lính con cái xúm xít, nét mặt lo âu, có người đã khóc thút thít, tóc xổ tung, nước mắt đẫm mặt, có người không đủ bình tĩnh nằm vật ngay trên thềm của văn phòng... Thiếu úy San, chỉ huy hậu cứ bối rối an ủi từng người một.

- Sao anh San? - Tôi hỏi nhỏ - có tin gì đích xác không?

Anh San kéo tôi vào văn phòng.

- Nặng lắm, chưa biết rõ chính xác, nhưng chắc là ông Trưởng và ông Phó chết rồi!

- Tiểu đoàn trưởng chết, thì còn gì nữa. Các sĩ quan khác ra sao?

- Chưa biết rõ, chỉ còn năm ông sống sót... Bác sĩ, ông Tân, ông Đông, Đại Úy Phát và Chánh.

- Còn các sĩ quan khác?

- Chưa rõ.

Mấy thằng bạn của tôi?!! Người tôi như bị say sóng, ngồi xuống một chiếc ghế, thấy mình kiệt lực.

- Anh tính mình mất bao nhiêu?

- Chưa rõ được, nhưng chắc hơn một trăm.

Con số đó tất nhiên đã được nói dối, chắc chắn rằng số thiệt hại có thể gấp đôi chưa kể người bị thương, bị bắt cóc, thất lạc. Tiểu đoàn của tôi, đơn vị nuôi dưỡng tôi trong những ngày đầu tiên, những thằng bạn mới ra trường của khóa 19 làm sao có thể sống sót với quân số tử thương trên hai trăm! Tôi nghẹt thở như máu chảy lệch đường tim. Gia đình binh sĩ càng ngày càng đông, tiếng khóc như dao cắt vào thịt. Tôi bỏ đi ra phía cổng tiểu đoàn, nơi phòng trực; lính hậu cứ im lặng buồn bã. Tôi nhìn trời chiều, lòng u ám như kéo giông.

Ra đến Biên Hòa, đêm vừa xuống, đèn tỉnh nhỏ mù mờ. Tôi thấy khó khăn phải sống cho đêm sắp đến, làm gì bây giờ? Rượu, thôi chỉ còn loại thuốc quên lãng đó cho những giờ khắc cóng đỏ này. Tôi đi vào quán rượu ở Biên Hùng, lính Mỹ đông nghẹt, tôi cần không khí ồn ào này. Gần mười hai ly bourbon sec cháy cổ được tống thật nhanh vào người. Trong cơn say, nỗi buồn chín đỏ nằm riêng một góc tâm hồn không tan biến. Không biết trở về nhà bằng cách nào, nhưng nửa đêm tôi tỉnh ngủ để thấy nước mắt mình ướt má.

Bây giờ không phải là giấc mơ, nhưng là một thực tại của tàn bạo. Tiểu đoàn tôi tử thương trên hai trăm người. Những xác chết dần được đem về từ ngày 13 cho đến ngày 18, tôi nhìn rõ từng người, những người tôi đã từng thấy họ sống, cười, lo âu, vui sướng. Tôi kéo bao đựng xác để nhìn thấy Dũng, thằng bạn nhỏ từ ngày xa xưa ở Đà Nẵng, lúc còn là sói con, sáng đánh bóng rổ, chiều đua xe đạp vòng quanh sân trường. Tôi nhớ dáng dấp nhanh nhẹn của nó mỗi lần dẫn đội banh ra sân, nụ cười tươi tắn hồn hậu. Tôi với nó không thân với nhau lắm, Dũng thuộc loại học sinh được lòng thầy, sói con được lòng huynh trưởng. Tôi quá tệ, ai cũng ghét. Nhưng khi gặp nó ở đây, trong thành phố xa lạ, tôi với nó cần nhau biết mấy. Bây giờ nó nằm yên, nét mặt bình thản như trong giấc ngủ, mắt khép hờ, da hơi tái. Như thế xác của Dũng được xem như còn "tươi" nhất trong số những cái xác khác đem về cùng ngày. Kéo fermeture che kín thân thể nó lại, người tôi vỡ toang đau đớn.

Khu nghĩa trang như một cái địa ngục, trời miền Nam bắt đầu vào mùa mưa, đất đỏ từ lối đi vào đến nơi chứa xác lầy lội tưởng như có pha máu người. Thân nhân người chết than khóc, lăn lộn trên lớp bùn non, áo sô trắng lấm đất đỏ như dấy máu. Hơi đất, hơi người sống, người chết, mùi hương đèn lẫn lộn ngây ngấy nồng nặc, choáng váng... Ngay đến những người lính ở trung đội chung sự cũng phải rời rã... Bỏ người chết ở lại nghĩa trang, tôi đến bệnh viện Cộng Hòa để tìm người bị thương vừa được mang về. Hải đây rồi, người xanh dớt như lá non, thịt ở chỗ bị thương ủng thối nồng nặc. Tôi ôm lấy nó, nước mắt chảy ra lúc nào không hay... Hải bật khóc thành từng tiếng nhỏ, giọt nước mắt vì sống sót chen lẫn mất mát những người thân.

Bây giờ tôi mới biết thêm cảnh anh Ký khóa 17 trong những phút cuối cùng của cuộc đời đã bình thản đốt cháy tất cả giấy tờ đặc lệnh truyền tin. Anh Hợp bình tĩnh hút những hơi thuốc pipe cuối cùng trước khi tự bắn vào đầu. Trung Úy Kỳ, Đại Đội Trưởng 71, tự mình chống trả với địch trong cơn hấp hối. Đại Úy Hải, Tiểu Đoàn phó, chửi vào mặt Việt cộng khi chúng bảo đầu hàng, chết với chiếc combiné còn ở trong tay, ngồi tựa vào gốc cao su ngang tàng và dũng mãnh...

Người lính già của những trận Lạng Sơn, Điện Biên Phủ thuở trước chết như hình ảnh của một anh hùng. Tôi đi xuống khu ngoại thương của binh sĩ - Lưu Diễn - anh lính cao không đầy thước rưỡi, người chỉ mang được ba quả đạn 57 ly, hai chân bị bắn nát dòi bò ra theo vết thương, đã bò bằng hai tay trong năm ngày với đoạn đường hơn mười lăm cây số, đói khát và kiệt lực nhưng không ngã lòng. Khi tôi đến, người anh chỉ là một xác ma, dấu vết của người sống chỉ còn lại ở đôi mắt. Tôi chỉ biết im lặng cầm lấy bàn tay gầy guộc bám đầy đất đỏ bùn non. Có cảm giác như đang nắm một cành củi mục.

Tôi chạy như con thoi giữa hai trục nghĩa trang và bệnh viện, người khô cứng trong tận cùng của mệt nhọc và buồn phiền. Không thể nuốt một thức ăn nào khác ngoài bánh ngọt, đưa muỗng cháo vào mồm, mùi thịt bò gây gấy làm nhớ đến những xác chết sau bảy ngày chương sình nhầy nhụa, khi ấn vào quan tài nước phọt lên có vòi, những xác chết khi được mang từ nhà xác đi ra trông như cử động vì dòi trên thân thể bò lúc nhúc chen lẫn nhau. Dù thương mến đến tột độ, người thân khi nhìn thấy xác của kẻ thân yêu trong tình trạng như vậy chẳng có ai can đảm để đến gần. Đâu còn là vóc dáng của người thương mến, chỉ là một tảng thịt đã rữa nát đầy dòi bọ hôi thối đến kinh khiếp.

Đưa quan tài của Dũng lên máy bay, chào trước mộ của Kỳ và Đỗ lần cuối, sau một tuần lăn lộn với người chết, người tôi tan đi trong một cơn mê nồng nặc đầy hơi chết và lòng tràn giông bão. Những xác chết ám ảnh tôi đến kỳ quái, ngay trong giấc ngủ, sự yên lành cũng không có, tôi la hét, khóc lóc đập phá trong cơn mê. Và nỗi tỉnh thì không còn nữa, rượu uống vào hoài hoài, chưa bao giờ thấy rượu ngon và cần thiết đến thế - Một đoạn đời đã đổi tôi thành kẻ lạ rồi... Một tên hung bạo, trí não căm hờn và thù hận. Tôi chết một phần người trong tôi. Ôi! Tháng Sáu năm 1965, tôi ghê sợ biết chừng nào.

Tháng 6 năm 1965

Đồng Xoài, Bình Long

Hậu từ trận Đồng Xoài, 1965

Cách đây 50 năm, tại Nghĩa Trang Quân Đội Gò Vấp, Gia Định những buổi chiều mưa dầm Tháng 6 miền Nam, anh xoay xở quay quắt giữa những thây chết của những người lính thuộc đơn vị đầu đời, Tiểu Đoàn 7 Nhẩy Dù, Tiểu Đoàn 52 Biệt Động, Tiểu Đoàn 2/7 Sư Đoàn 5 Bộ Binh.. Những người chết của chiến trận Đồng Xoài, Bình Dương nổ ra từ những ngày đầu Tháng 6.

Đối với một gã lính vừa qua tuổi 20 năm ấy, sự mất mát của hàng trăm chiến hữu chỉ được đưa về sau nhiều ngày kể từ khi tử trận quả là một sự đau thương quá lớn.. Thân thể người chết căng cứng, xanh đen, tím thẩm, dòi bọ lúc nhúc bò theo những vết thương sũng máu. Khoảng đất nghĩa trang đặc sánh bởi máu, thịt, con người chảy vữa, xênh xếch... Trong đó có máu, thịt của bạn anh, Thiếu Úy Trần Trí Dũng, gã học sinh đã cho bạn cùng lớp và toàn trường Phan Châu Trinh Đà Nẵng niềm hãnh diện. Vô địch bóng bàn học sinh, thủ quân đội bóng rổ, cũng là trung phong hàng đầu của hội tuyển bóng tròn trường trung học đá hay nhất miền Trung.

Nhưng giờ đây, tất cả dạng hình tươi trẻ sống động của Dũng với lúm đồng tiền trên má không còn nữa. Kéo fermeture bao đựng xác – Bạn anh, người bạn ấu thơ của Đà Nẵng hơn mươi năm trước bấy giờ chỉ là một thây xác sùi xụp nước nhờn tím thẩm hôi hám. Có chăng được phần an ủi. xác Dũng còn nguyên dạng hình chưa bị vữa nát. Buổi đá banh năm xưa ở Sân Vận Động Chi Lăng làm sao tưởng ra tình cảnh nầy Dũng ơi?!

Xóm nhà dân trước nghĩa trang phải di tản vì mùi hôi thối bốc kín đặc khoảng không. Tiếng kêu khóc của thân nhân tử sĩ âm âm oán thán, xót xa, xé cắt.. Có bà cụ vật vã thều thào bên chiếc poncho gói xác người vừa lật mặt... *Nam ơi! Nam ơi! Sao cháu bỏ bà..* Anh ngồi xuống bên cạnh bà cụ.. *Bà ơi, con cũng tên Nam, cha mẹ con không còn, con gọi bà bằng bà thay anh Nam.*

Trở về hậu cứ đơn vị nơi phi trường Biên Hòa, sân cờ tiểu đoàn trắng màu khăn tang, con trẻ chạy thất thanh quanh những người mẹ đang nằm lăn trước bậc thang các văn phòng đại đội. *Thiếu úy ơi! Thiếu úy ơi!* Hóa ra anh là sĩ quan còn sót lại của một tiểu đoàn nhảy dù mà từ tiểu đoàn trưởng, tiểu đoàn phó, 4 đại đội trưởng đồng tử nạn.. Không biết Đại Úy Phát, đại đội trưởng Đại Đội 74 và đám quân binh thất lạc nay đang ở đâu. Thế nên, những tưởng Tháng 6 năm 1965 đã quá sức chịu đựng của con người - Cho dẫu là người lính có khẩu hiệu Nhẩy Dù Cố Gắng!

Một Nghề Nghiệp Nguy Hiểm

Bây giờ tôi đang ở Trung Tâm Huấn Luyện tân binh, công việc không có gì khó khăn, nhưng hai tháng qua đã làm cho tôi mệt thật sự - Sự mệt nhọc không phải ở công việc, nhưng ảnh hưởng của những việc làm nhỏ nhặt nơi trung tâm này gây nên một sự khốn khổ kỳ lạ. Tôi thấy rõ nghề nghiệp này quả là đáng sợ, kéo con người xuống hố sâu tuyệt vọng không cùng.

Tôi dạy lính về kỷ luật, làm đại đội trưởng khóa sinh, dẫn tân binh đi học, đi ăn, cho đi phép, dạy tập chào, tập đi, tập đứng. Nếu tôi chỉ làm ngần ấy thứ với một sự bình thường thì chẳng nói làm gì, đằng này tôi chỉ huy với một nhiệt tâm được hướng dẫn bởi tàn ác kinh khiếp ngụy trang một cách khéo léo. Có thể nói chắc chắn rằng tôi không phải loại người có ác tính và cũng không bao giờ trở nên tàn ác được dù dưới một ảnh hưởng nào.

Suốt hai năm chỉ huy vừa qua tôi chỉ đánh lính một lần, người bị đánh chính là thằng bé đi theo tôi bị đánh vì tội đánh bạc. Tôi đánh nó mấy roi kiểu anh đánh em. Nhưng những ngày ở trung tâm này thì khác, tôi tàn bạo một cách hiểm độc, tôi nghĩ ra những hình phạt quái lạ, mới mẻ, ảnh hưởng đến trí não cùng thân thể người bị phạt đến vô cùng. Tân binh vắng mặt bất hợp pháp hai ngày, tôi phạt hai giờ *"bó chả"* - Gã lính mới thọ phạt được nhét vào trong một lồng sắt, tay và chân đút vào trong bốn lỗ thủng của chiếc gông, xong trùm lên cái poncho. Người lính bị đóng khung trong bốn chiếc lỗ, không nhúc nhích vào đâu được, và độc hại nhất là hơi nóng dưới lớp áo mưa. Tinh quái hơn nữa, tôi đặt trước mặt kẻ bị phạt cái đồng hồ, người bị phạt có cảm giác như bị đè nặng dưới một cực hình không giới hạn.

Tôi biến chế ra những hình phạt để áp dụng cho từng loại người một, tôi khôn ngoan thâm hiểm một cách bệnh hoạn y như những tên có nhiệm vụ tra tấn tù nhân trong các trại tập trung. Kinh khủng hơn hết là tâm trạng bình thản lạnh lùng, vẻ sáng suốt tàn ác mà tôi có được khi ra lệnh phạt. Tôi lý luận một cách thông minh: Phạt thật nặng một số ít để làm gương cho số đông, tập cho tân binh chịu đựng những cứng rắn và tàn bạo của đời lính, đau đớn ở quân trường chỉ là những bước đầu để tôi luyện tâm hồn người lính mới, chiến trường của tương lai gần sau đó sẽ bi thảm và tàn khốc gấp bội!

Tôi tin tưởng vào định đề này. Chỉ huy trưởng trung tâm cũng nghĩ như thế và nhất là tân binh, kẻ thọ nạn trong cuộc phiêu lưu của lý luận tàn bạo trên lại chấp nhận tích cực hơn ai hết. Tôi không phạt oan một người nào, không cau có nổi giận, hình phạt không xảy đến như kết quả của cơn giận dữ, nhưng là một khôn ngoan sâu độc, để bắt kẻ có lỗi phải nhận hình phạt kèm mặc cảm phạm tội nặng nề.

Nhưng không phải là như vậy, dù có lý luận khôn ngoan, né tránh đến tuyệt kỹ, đằng cuối đường của sự tàn bạo kể trên, tôi thấy được khuôn mặt của thù hận. Đúng, tôi thù hận! Sau trận Đồng Xoài khi nhìn xác chết của những người bạn, những kẻ đã từng cười, từng nói, đã sống với tôi trong hai năm, những người đó đột nhiên chết đi, không phải chết lành lặn, nhưng chết tàn bạo, thảm khốc. Họ chết ghê tởm như những xác chết qua ngày thứ bảy, thân thể đầy dòi bọ lúc nhúc; mùi thối đọng lại trên từng mỗi chân lông, trên mọi dây thần kinh của khứu giác nằm lì lợm trong trí nhớ và hơi thở.

Suốt mười ngày liên tiếp của tháng Sáu năm 1965, tôi chỉ ăn được bánh ngọt, và từ những ngày ấy cho đến giờ tôi uống rượu như một tên bợm chính cống. Thù hận mọc thành khu rừng xum xuê theo cơn tàn phá của cơn say hàng ngày. Người ở thành phố, những người lính không đi hành quân, và gần gũi nhất là đám tân binh ngu ngơ hỗn độn dưới quyền, tất cả đều có khả năng khêu gợi thù hận bệnh hoạn khi tôi nghĩ đến cảnh chết khốn nạn của bạn bè - Nỗi thù hận nhìn thấy những người có hạnh phúc vì được sống!

Ly rượu không phải là nguyên nhân nhưng là một tính chất, một cách diễn tả sự cuồng nộ. Tôi không say nhưng men rượu giúp những cảm xúc biến thành cực đoan hung bạo lạ lùng. *Tôi đã đứng ở đường Trần Quốc Toản để đợi giết một người*. Kẻ chủ động tình trạng gây rối ở Sàigòn của năm 1964 và hiện nay. Suốt hai ngày dưới mưa và nắng Sài Gòn, người bị nung chín bởi ý định giết người - Cơn giải thoát phải có cho một giấc mơ hãi hùng. Lòng tôi không thoáng xúc động khi nghĩ đến cảnh chiếc đầu của người ấy vỡ nát dưới viên đạn của tôi. Kết quả không thực hiện được ý định vì một sự xô xát xảy ra tại địa điểm đứng rình. Thế giới bên ngoài với những trận đánh lộn hàng ngày không đủ sức giải tỏa niềm hung hăng ẩn dấu trong lòng, tôi trở về trung tâm với đám tân binh, được yểm trợ lý luận khôn khéo của bổn phận - Tôi tàn bạo như cơn mộng du đỏ lửa.

Nỗi ngụy tín cùng với sự tàn bạo lạ lùng trên không thể kéo dài. Những buổi chiều mưa ở trên căn gác tồi tàn đường Kỳ Đồng, khi lũ bạn đã đi vắng, tỉnh giấc sau cơn ngủ trưa nồng hơi rượu, chợt rùng mình vì gió lùa qua hàng cửa trống trải. Những lúc cô đơn đó, cơn tỉnh ngủ mở ra sự hiền hậu cố hữu của tâm hồn. Tôi sợ hãi như một người có bộ óc vàng chỉ còn sót lại một chút dính tay. Những lúc sực tỉnh này, tôi quyết định xin ra tiểu đoàn tác chiến để tìm thấy lại những biểu lộ tình thương ấm áp như trong những chiều nơi sườn đồi, người lính tơi tả gầy gò đang cố gắng nấu cho tôi một bữa cơm dưới chiếc lều đơn sơ. Những lúc sực tỉnh này tôi mới thấy tình yêu là một vật cao quý và mầu nhiệm - Kết quả như một quá trình nẩy nở của tình thương và hy vọng. Tình yêu, một phẩm vật đã lâu tôi không có.

Những ngày ở trong trung tâm này, tôi còn hiểu thêm được một điều: Khi chỉ huy một đám đông phải quên con người ở trong đó. Lính xin đi phép vì con đau nặng; tân binh trên nguyên tắc không được đi phép, tổng số trăm người, tôi là sĩ quan kỷ luật chỉ trông nom họ trong vòng hai tháng làm sao kiểm soát được tình trạng của mỗi người, thế nên phải từ chối. Nhưng nếu nhỡ con người lính đau nặng thật và chết không thấy mặt bố... Lỗi ở ai? Tôi không chịu đựng được sự tham gia vào tội ác vô tình tàn ác đó. Cái nghề này đưa tôi đến chỗ khổ sở như tình cảnh của một nhà độc tài, phải nghiêng hẳn về phía của đa số.

Cứng rắn, độc đoán, hình như đấy là những đức tính cần thiết của một người chỉ huy tốt. Tôi từng nhìn một vài ông lính già; đầu hớt cao cử chỉ gò bó, ăn nói cộc lốc, năm tháng nhà binh đã ngấm vào người tạo thành một lối sống không chuyển dịch. Hạ sĩ nhất hay trung sĩ từ mười năm lính trở lên đều có một tâm lý phẳng lì như phiến gạch, sau đôi mắt u tối của họ, đố ai biết nỗi vui buồn giận dữ trong lòng. Kêu lên trình diện để rầy la vì tội không kiểm soát lính. Người đứng im không nhúc nhích; Nghe hay không nghe? Phản đối hay đồng ý với lời buộc tội? Chào, quay đằng sau, đi về. Tôi chưa đến nỗi vậy, nhưng tâm hồn bây giờ giống như một mảnh đất nóng đỏ đang nguội tàn dần. Đằng sau những ồn ào tôi thấy được nỗi buồn rì rầm có thật.

Tháng 11 năm 1965
Sài Gòn

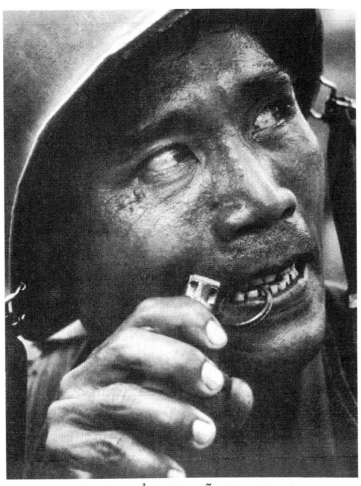

Tấn Công. Ảnh Nguyễn Ngọc Hạnh
(Hình chụp Thượng Sị Thực)

Người Giữ Cửa Thủ Đô

Chúng tôi không hiểu người dân Sài Gòn quan niệm thế nào về hoạt động phá hoại của Việt cộng? Những vụ giật mìn, ám sát, khủng bố, súng nổ đầu xa lộ, phía bót quận 8... Có đủ cho người vùng Sài Gòn, Gia Định những ý niệm về chiến tranh, thứ chiến tranh phá hoại, không quy ước. Hay vụ nổ làm sập ngôi nhà đường Nguyễn Cư Trinh, người chết do mìn gài trước Tòa Đại sứ Mỹ cũng chỉ gây nên thắc mắc nhỏ... Việt cộng đã làm như thế nào để đặt được những khối nổ kia?

Tai ương chiến tranh đặt ngang điệp vụ của loại phim trinh thám. Người Sài Gòn có bao giờ biết, mỗi hoạt động phá hoại là kết quả của một công trình nội, ngoại tiếp tay phối hợp với nhau thật tỉ mỉ và chính xác. Người dân ở Thủ đô có bao giờ biết mỗi lần biểu tình xuống đường, lựu đạn chất nổ được đưa vào Thủ đô nhiều hơn, Việt cộng xích gần về phía Nhà Bè - xa lộ - phi trường Tân Sơn Nhất thêm một chút nữa... Một vụ tự thiêu, họp báo là du kích đặc công tiện dịp có mặt tại Sài Gòn với chất nổ đã gắn ngòi.

Chung quanh Thủ đô có trung đoàn 165 A gồm những đơn vị đặc công, chuyên cận chiến trong thành phố. Tiểu đoàn 6 trung đoàn này xuất phát từ mật khu Lý Văn Mạnh hoạt động từ Bà Hom, Bà Quẹo (phần lớn của tiểu đoàn này bị Tiểu Đoàn 2 Dù đánh tan đầu năm 1967 tại ấp Vĩnh Hạnh). Tiểu đoàn này đưa một đại đội vào sát vùng hoạt động của chúng tôi để điều nghiên, thám sát, phối hợp với ba trung đội du kích ở các xã Bình Trị Đông, Phú Lâm, Phú Thọ Hòa. Du kích ở đâu? Chính là dân chúng ở đây sau khi trốn ra bưng học tập trở về sống như người thường. Họ cung cấp tin tức và khả năng của các đơn vị giữ Thủ đô; dẫn đường lực lượng chính qui tấn công vào Sài Gòn; cầm chân quân đội Cộng Hòa khi các đơn vị này rút đi. Những vụ pháo kích vào phi trường Tân Sơn Nhất là kết quả cụ thể của phối hợp du kích địa phương và chính qui.

Để đối phó lại những hoạt động trên, ta có những đơn vị chủ lực và địa phương quân, những đơn vị tổng trừ bị trấn giữ, lục soát tảo thanh chung quanh ven đô. Nhưng hoạt động chính để bảo vệ Thủ đô thật sự nằm trên vai những người lính không đồng phục, không qui chế, không quân số... Những người lính từ lũy tre, sinh và sống trên đồng ruộng. Người lính Nghĩa Quân, kẻ nhận diện được mỗi du kích, biết tên Thảo chỉ huy du kích vùng Vĩnh Lộc là con ai? Lấy ai? Trốn ở đâu? Người đối đầu với Việt cộng chính là những người lính, ngày gối đầu trên đôi dép ngủ dưới hàng cây bên đường làng, đêm họ tập họp lại thành tiểu đội, trung đội nếu cần, và đấy là nông thôn vùng lên, dành lấy quyền sống, làm người tự do

không cần tuyên ngôn, không hội thảo, xuống đường.
Anh Ba đi Nghĩa Quân từ năm 1962, một khẩu súng,
vài trái lựu đạn, thế là anh mang lên mình bản án tử
hình của Việt cộng -Làm tay sai cho Mỹ giết hại đồng
bào - Với số lương 1.200 đồng mỗi tháng!

Tôi biết anh từ năm 1964, lúc Sài Gòn hỗn loạn
hơn bao giờ hết giữa hai phe tôn giáo. Việt cộng
ngưng hẳn hoạt động lớn, dồn lực định đánh về Thủ
đô, phi trường Tân Sơn Nhất bị pháo kích thường
xuyên. Áp lực địch đè nặng trên vùng này, anh theo
đơn vị chúng tôi để chỉ dẫn từng địa thế, nhận diện
những người tình nghi.

- Đằng sau cái nhà vuông có con đường, tụi nó
hay gài mìn, thiếu úy coi chừng!

- Trong bản đồ tôi không thấy gì cả!

- Đường xe bò đi, bản đồ đâu có ghi. Nhà bà già
sát bên quán nước trong ấp Vĩnh Hạnh có đứa con
thoát ly!

- Nó đi lâu chưa?

- Đâu khoảng tháng Tư năm ngoái, nó tên Long,
có con chị thoát ly về rồi, về hôm tháng Sáu.

Đại khái như thế anh cho tôi biết từng chi tiết quí
giá mà không một cơ quan tình báo nào có thể cung
cấp. Năm 64, 65, 66... đơn vị tôi thay đổi từng vùng
chiến thuật, bị thương, bị chết, mất tích. Những
người lính dưới quyền tôi thay đổi hết, nhiều lính
mới về, những khuôn mặt quá trẻ so với già cỗi tàn
ác chiến tranh. Đơn vị tôi gặp đại nạn, tôi sau lần
dưỡng thương, làm việc nhẹ, nay tiếp tục đo chân
trên chiều dài quê hương. Bây giờ tôi ở đơn vị mới,
trở lại vùng này gặp anh Ba. Anh nhận ra tôi trước.

- Thiếu úy... A, Trung úy có nhớ tôi không? Tôi

tưởng trung úy chết ở trận Đồng Xoài rồi chứ.

- Không chết, chỉ bị thương thôi.

- Mấy người lúc trước đi theo Trung úy đâu? Cái anh *"tây lai"* người nho nhỏ đấy.

"Anh tây lai nhỏ", tôi kêu một tiếng trong lòng, Thái, thằng nhỏ theo tôi trong suốt thời gian dài, ích kỷ, nông nổi và trẻ con, thằng bé thường thủ thỉ với tôi những câu chuyện vu vơ sau những tối đã đóng quân xong... Bỏ quê hương miền Bắc vào Nam đi lính, thích đội nón đỏ mặc đồ saut... Chết không được xác định.

- Mấy người theo tôi chết hết cả rồi, bây giờ tôi đang ở tiểu đoàn mới. Còn anh... Có gì khác không?

- Cám ơn Trung úy, bây giờ tôi được lên trung đội trưởng.

Anh Ba bao giờ cũng vậy, sự gian khổ đến một lúc nào đấy không thể ảnh hưởng được trên anh; mặt anh không thể đen hơn, người không thể gầy hơn.

- Anh Heo bây giờ thế nào? - Heo, người nghĩa quân từng hạ hàng chục Việt cộng bằng súng cá nhân, gã lì lợm có thể uống đến mười xị đế.

- Heo nó bị thương một lần, Trung úy không biết đâu, khoảng tháng Tám năm ngoái, cũng chiều chiều như thế này, tụi thằng Heo vừa đến ấp Vĩnh Tín thì bị đụng tụi nó. Ông quận đem quân lên bị đánh dội ra... Tụi thằng Heo có bảy thằng chết ba, bốn thằng bị thương cầm cự cho đến bốn giờ sáng!

- Anh có bị một lần nào như thế không?

- Có lai rai một lần ở Vĩnh Phước...

Anh bình thản nhắc lại đoạn thời gian và trận đánh. Vẫn là muôn ngàn trận đánh điển hình giữa nông dân và du kích, giữ từng tấc đất, từng bờ ruộng, không phi pháo yểm trợ. Chỉ có lòng yêu thôn xóm, một ý thức về bổn phận kèm thêm can đảm của con người muốn tồn tại. Đã bao lâu Việt cộng tối tăm hóa, ngu ngốc, hèn hạ, khêu gợi những bản năng căm thù, mặc cảm giai cấp và giòng giống để kéo dài chiến tranh, những người Việt Nam ở bên này không bị nung đỏ bởi hận thù, họ vẫn tiếp tục chiến đấu để làm sáng mắt người huynh đệ mù tối. Tôi chưa thấy trong lời nói của anh có dấu vết thù hận. Chỉ kiên nhẫn và chịu đựng.

Tôi bắt tay anh, hẹn ngày mai gặp lại, anh ngồi xuống vệ đường nhìn ra vùng đồng ruộng. Có mơ ước gì không, người trung đội trưởng nghĩa quân, một tháng một ngàn bốn trăm đồng bạc, một bao gạo hai thùng dầu ăn?!! Anh có cái gì để đãi ngộ xứng đáng? Trên đầu chiếc phản lực bay vút đi như cánh chim. Anh có so sánh và tị hiềm nào không?

Tôi biết rằng anh không biết thế nào là chủ nghĩa Cộng sản, nhưng anh tin chắc một điều, ngày nào vẫn còn loại người về ấp phát loa: *Đồng chí Chủ tịch Mao Trạch Đông, Chủ tịch Hồ Chí Minh... đã nói: Chúng ta phải quét Mỹ xâm lược ra khỏi thôn ấp*"... Anh vẫn còn phải chiến đấu vì anh biết thằng Thảo, đội trưởng du kích đang ở vùng Xuân Thới Thượng đã cắt cổ ba ông Trưởng Ấp - Anh chiến đấu vì điều này làm anh phẫn nộ.

Thủ đô nhảy múa, hò hét, chuyển động ồn ào sau lưng anh, họ nhân danh người Lính, nhân danh Tổ Quốc. Mặc kệ, anh sống xây lưng về nó - Sài Gòn - Thủ đô bạo động và dối trá. Thành phố đè lên vai anh.

Tháng 4 năm 1966
Bà Điểm, Gia Định

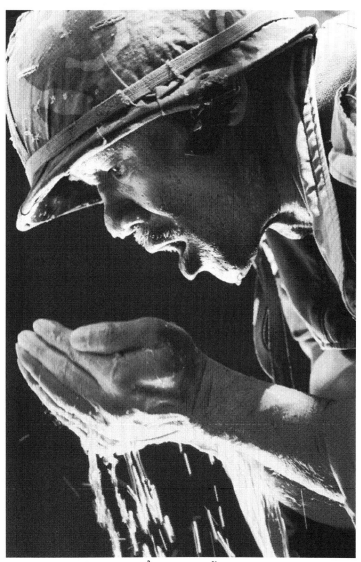

Khát nước - Ảnh Nguyễn Ngọc Hạnh

Dấu Binh Lửa

Lá Cờ
Trong Đường Phố

Gởi Phan Duy Nhân

Đơn vị nhảy dù đến Đà Nẵng lúc thành phố đang trong cảnh chết, nhà đóng cửa, đường vắng dây kẽm gai dăng đầy, biểu ngữ chống chính phủ căng la liệt. Thành phố lặng lẽ nổi phản kháng tuyệt vọng. Im lặng đáng sợ như một trái bom đã rút chốt.

Tôi không ngờ trở về với thành phố tuổi nhỏ trong cảnh oái oăm như thế này, con đường Khải Định chạy qua đường Ông Ích Khiêm đến Chùa Tỉnh Hội giờ này lặng lẽ và nguy biến. Con đường này thuở xưa qua khỏi cầu Vồng ngợp lá phượng xanh dẫn đến biển, xe đạp học trò lăn đi như bánh xe hồng trong cổ tích. Nhưng bây giờ thì đã khác. Chia lính đi hai bên đường, súng cầm tay, áo giáp, nón sắt, vì từ một ngôi nhà nào đó biết đâu có thể một họng súng đang hướng về tôi! Người bắn đó là ai? Có thể là một người mà tuổi nhỏ tôi đã biết...

Từ cầu Vồng xuống khỏi chiếc dốc rẽ về phía tay trái, Đường Đông Kinh Nghĩa Thục, trước sân vận động, nhà chị Mh... Tối mùa đông gió thổi, lá cây phượng rơi đầy sân, tôi cùng Tr và Mh ngồi cạnh nhau ở bậc tam cấp trước thềm nhà, Tr thổi khẩu cầm bài Étoiles des neiges, tuổi mười sáu đẹp như nốt nhạc, tình bạn, tình yêu, ước vọng mù mờ của tuổi mới lớn hòa hợp, se sắt nồng nàn như cơn gió mùa đông làm căng da mặt, nẻ những đường môi rơm rớm hơi máu nóng. Đà Nẵng, bên kia cầu Vồng qua hai ngã tư, nghĩa trang người Pháp, trên đồi cao đầy bóng cây đại, tôi trải chiếc blousson trên một mộ bia ngủ thiếp đi trong mùi thơm nồng nồng của hoa Sứ.

Trời mùa đông xám đặc như xuống thấp, từ độ cao u ám của nghĩa trang, tôi sống như gạch nối giữa nỗi chết cùng sự sống. Bỏ nghĩa trang tiến thêm một đoạn, rẽ về phía tay trái, trường tôi... Thuở ấy chỉ có một dãy nhà ngang sáu lớp, hàng cây phượng mới trồng chơ vơ trên nền đất cát trắng. Lúc nhập học trời vào thu, trong lá cây kiền kiền đầy bướm ngài sặc sỡ, lũ bướm chập chờn bay yếu đuối như cảnh đời đài các phải chạm vào cuộc sống gió bão. Nơi chốn này, lớp học thứ hai kể từ tay trái, bàn thứ hai bên phải, tôi dùng mảnh chai khắc tên trên bàn học với hy vọng một tương lai trở về trong vinh hiển, sẽ đi vào lớp học, ngồi lại trên ghế băng học trò mát lạnh, thật im lặng rồi chào người thầy học cũ để ra đi, thành kính như Đại Tướng Carnot của bài học thuộc lòng thuở nhỏ...

Nhưng bây giờ, tôi đang trở về trên quê hương thơ ấu và không phải là như vậy. Ngôi trường kia và tôi giờ này quá xa cách, người ở thành phố này có thể đốn ngã tôi trong khoảnh khắc. Thực tại đã giết hết kỷ niệm. Lệnh tập hợp đại đội lại đi về phía chùa Tỉnh Hội vì lực lượng biểu tình từ trong chùa đang tiến ra. Ở Sài Gòn suốt thời gian cuối năm 1964, tôi đã va mặt với đủ các loại biểu tình, đã hiểu thế nào là nỗi chịu đựng của người lính khi đối diện với đám đông nhân danh Tổ Quốc và Thượng Đế... Nhưng ở đây thì khác, tôi linh cảm một sức mạnh bí ẩn làm động cơ thôi thúc một tập hợp hỗn độn đứng hẳn về một phía chống chính quyền. Đằng sau đám đông trước mặt này là gì? Tôn giáo, Đảng phái ái quốc cực đoan hay là Mặt Trận? Tôi không rõ, nhưng với đám đông này tôi không thấy phẫn nộ như ở lần trước Viện Hóa Đạo, đường Trần Quốc Toản Sài Gòn. Bây giờ là một nỗi buồn rầu mệt nhọc đang tràn đầy...

Coi chừng tụi nó có súng, có thể chúng tấn công vào anh... Đám biểu tình dẫn đầu bởi một người mang lá cờ. Gã phất cờ và bắt đầu bằng những lời lẽ khích động, những lý luận thông minh được diễn tả bằng một giọng hùng hồn đanh thép đầy nhiệt tình. Tôi chóng mặt, người như muốn ngồi xuống với một nỗi xót xa... Dinh, đúng nó đấy, thằng bạn của tôi, thằng bạn của những ngày còn bé đã nuôi dưỡng hoài bão thay đổi đất nước và văn hóa. Không phải mơ mộng viễn vông nhưng là một ước vọng ám ảnh hiện thực. Và bây giờ cũng bằng giọng nói đó, ánh mắt rực lửa đam mê đầy nhiệt tình...

Dinh đang đứng trước mặt tôi! Dinh ơi, mày có biết cho tao không? Lịnh tấn công được ban ra, tiêu lịnh riêng phải bắt cho được gã cầm cờ. Chúng tôi và Cảnh sát dã chiến bắt đầu tấn công. Tôi thấy nó, thằng bạn của tôi tóc xoả dài xuống trán, tay nâng cao lá cờ lúc chạy lui. Hình ảnh này giống một cảnh trong War and Peace do Mel Ferrer đóng. Tôi không phải là Napoléon, nhưng đang là kẻ chiến thắng phía bạo lực, và người bạn tôi đang chạy lùi về sau. Chưa bao giờ tôi cảm phục một người trong đời đến như vậy.

Một viên đạn nào trúng Dinh, tôi thấy bạn ngã quỵ, Cảnh sát dã chiến nhào tới.. Tôi thấy hai cánh tay bạn đưa lên vùng vẫy, hai cánh tay cứng rắn nhưng tài hoa - Những ngón tay ngày xưa mỗi khi diễn tả ý nghĩa hay đọc một câu thơ, thường hoa lên trước mắt tôi: *Đem tình thương dựng nên đời. Không tro tàn, bếp lạnh. Mỗi độ xuân sang rộn tiếng trẻ thơ cười...* Câu thơ mở đầu cho đặc san Chỉ Đạo của Thủy Thủ được Dinh thường đọc với những ngón tay chuyển động trước mắt tôi. Nhưng bây giờ chỉ còn là những ngón tay tuyệt vọng. Dinh ơi!! Tôi kêu tiếng đau đớn trong lòng.

Từ thuở bé tôi vốn không thích làm chuyện lớn, nhưng tôi với Dinh chơi thân với nhau vì cùng thái độ thiết tha với những điều mình yêu quý. Những ngày ở Đà Nẵng hai đứa chưa thân tình lắm; nhưng kể từ những năm về sau, lúc Dinh về ở tại căn phòng nhỏ cạnh cầu Bạch Hổ, Huế, chúng tôi mới thật gần nhau. Căn gác nhỏ trong mùa mưa lạnh buốt như thỏi đá, gió từ sông thổi lên luồn qua khe cửa trống trải lồng lộng. Dinh ngồi như kẻ điên, một thứ điên tỉnh táo, tội nghiệp, lảm nhảm kể cho tôi nghe cảnh vớt xác đứa em gái độc nhất... Đứa bé gái tóc dài, mắt đen, mười hai tuổi, thông minh và xinh xắn như nàng tiên nhỏ. Dinh kể lại cảnh kéo xác em vào bờ... Ôm thân thể nhỏ bé thương yêu vào tay, bế xác em đi thất thểu trong trời đông u ám.

Những câu chuyện rời rạc về người cha, một người gác cổng xe lửa bị lao xương, đứa em trai bị tê liệt lâu lâu lên cơn một lần giật bắn người, sùi bọt mép! Những câu chuyện đó lập đi, lập lại hoài bằng giọng nói... Không, bằng những tiếng hú thất thanh, tuyệt vọng như loài chó bị trấn nước. Nhưng trong những ngày tháng thê thảm đó, tôi vẫn chưa hề nghe Dinh một lần than vãn. Không phải là một thái độ thách đố kịch cỡm, nhưng với một can đảm dũng mãnh, Dinh vẫn chú tâm dịch cho hết cuốn Condition Humain của Malreaux, vẫn nuôi dưỡng những hoài bão tưởng như chỉ là huyền thoại, nhất là nói về thơ một cách si mê, cùng với tình yêu của một người con gái tên Hà. Sau này có gặp những cảnh đời khắt khe, tôi vẫn cắn răng chịu đựng vì nghĩ đến Dinh, một người bạn dị biệt, tài hoa, can đảm. Rất đáng kính phục.

Từ thời gian ấy trở về sau này, tôi không được tin tức gì về Dinh cho đến ngày hôm nay. Không biết vì một chủ quan nào, tôi vẫn nghĩ rằng hắn ta không thể là một người cộng sản thuần thành được. Đấy chỉ là một nghệ sĩ mang nhiệt tình vào đời sống và ấp ủ hoài bão đưa quê hương lớn dậy. Tôi tin chắc như vậy. Dinh ơi, lâu quá chúng ta không gặp nhau, nhưng tôi vẫn nhớ lá thư tình dài hơn hai mươi trang giấy học trò của Dinh. Nhớ để nghĩ rằng đấy tuy là tình yêu lãng mạng của tuổi mới lớn, nhưng đồng thời xác định nỗi thiết tha của bạn, lòng của một người luôn luôn muốn sống chân thật.

Thế nên mấy năm sau này dù Dinh có vào mật khu viết báo cho Ban Tuyên Huấn Mặt Trận Giải Phóng Miền Nam, công cụ tuyên truyền của cộng sản miền Bắc, nhưng tôi vẫn nghĩ rằng đấy chỉ là một thế sống trong giòng đời sôi nổi và đam mê của bạn. Không có một chủ nghĩa cộng sản nào trong bạn hết, chỉ có một lòng tin: *Đem tình thương dựng nên đời...* Phải thế không Dinh? Tôi là kẻ bông lông, lếu láo ngay cả trong tư tưởng.. Đối với tôi chẳng có gì đáng để gọi là lý thuyết và chủ nghĩa. Nên hình ảnh của Dinh để nhớ chỉ là những buổi chiều mùa đông, mưa giăng kín mặt sông, Dinh làm thơ tặng Hà viết vào cuốn nhật ký của tôi những lời thắm thiết: *Từ đó xa em đời ở trọ...*

Dinh ơi, bạn chỉ nên làm gã thi sĩ của Tình Yêu, của Lòng Nhân. Và ai có thể biết được một tương lai sau này, tôi trở thành một người lính chứng kiến lúc bạn ngã xuống cho một quê hương tốt đẹp chỉ có nơi hư vô.

Tháng 7 năm 1966
Đà Nẵng

HẬU TỪ VỀ PHAN CHÁNH DINH

Những ý tình, cảm xúc chân thực giữa hai người bạn trong thời niên thiếu xa xưa kia sau nầy được hiện thực qua một cách thế khác với tình hình xã hội, chính trị miền Nam. Từ biến động ở Đà Nẵng tại thập niên 60, Phan Chánh Dinh/ Phan Duy Nhân bị chính quyền miền Nam giam giữ và chuyển đi nhà giam Phú Quốc. Sau Hiệp Định Ba Lê 27/1/73, Dinh/Phan Duy Nhân được trao trả tại Lộc Ninh (3/1973). Và định mạng thêm một lần đặt tay xuống - Phan Nhật Nam là Sĩ Quan Trao Trả của Tiểu Ban Tù Binh Ban Liên Hợp Quân Sự. Đọc tên Phan Duy Nhân trong danh sách trao trả của phía VNCH, nhưng biết sự can thiệp (?) sẽ là vô ích và tạo nên nguy hiểm thêm cho bạn. Và sau 30/4/75, Phan Nhật Nam trở nên là người tù nhận hình phạt khắc nghiệt nhất trong tổng số số tù nhân gốc quân nhân QL.VNCH chuyển ra Bắc, 1976. Phan Duy Nhân lúc ấy là Nguyễn Chính, Phó Ban Tôn Giáo của Mặt Trận Tổ Quốc... Quả thật, phải có một *"Lão Tạo Hóa"* mới có thể xếp đặt nên những tình huống nầy. Lão xếp đặt như Ôn Như Hầu đã viết nên lời: *"Giết đuối người trên cạn mà chơi!"* Vâng, *"giết chơi"* chứ không để làm gì khác.

Dấu Binh Lửa

Về MộT THàNH PHố HƯ HạI

Trên chiếc xe chở toàn thể sĩ quan về hội quán Phượng Hoàng, tôi chợt nhớ đến một điều, hôm nay là ngày sinh nhật, tôi đúng hai-mươi ba tuổi.

- Hôm nay là sinh nhật của tôi, được hai mươi ba tuổi rồi đó...

Thiếu tá tiểu đoàn trưởng hỏi đùa:

- Hai mươi ba tuổi, già quá hả?

Mọi người lao nhao theo để trêu chọc... Hai mươi ba tuổi, quan hai còn nhỏ lắm, không ăn thua gì đâu...

- Nhưng vẫn năm năm lính rồi chứ ít gì.

Tôi phản đối.

Đức nói nhỏ vào tai:

- Mới bằng thời gian người ta đi chơi bời thôi

con trai!

Tôi cụt hứng ngồi im.

- Thế nào người anh hùng nhỏ tuổi, nhớ vợ phải không? Châu *"ghẻ"* kê thêm một câu.

- Đ.m.... Con giai tôi dám không biết cái "ấy" của vợ ở đâu nữa, tôi cứ tưởng nó nhớn lắm, ai ngờ chỉ mới hai mươi ba tuổi.

Anh Ba *"râu"* tay ăn nói bạt mạng nhất ở Nhảy dù, phán thêm một câu làm tôi chết cứng. Tôi còn trẻ lắm, hai mươi-ba tuổi chưa biết mẹ gì! Ai biết được những năm vừa qua tôi đã sống như thế nào?! Năm ngày hành quân vừa rồi, hai mươi lăm cây số đường rừng không thấy mặt trời, ngày di chuyển từ bảy giờ sáng đêm đóng quân thức giấc liên miên vì sợ Việt cộng đột kích. Người tôi đã ở tận cùng gian khổ.

Hôm qua, tám giờ tối rút ra gần quận Lệ Thanh, đêm miền núi lạnh như cắt da nhưng cũng phải nhào xuống dòng suối lạnh buốt để kỳ cọ, năm trái bắp sống ăn không kịp nuốt vì đói! Cảnh khổ của ba năm liên tiếp không đủ cho tôi già sao? Cực khổ, tai ương, nhọc nhằn, cùng với những rối rắm, phiền hà của thời gian qua chưa đủ làm tôi trở nên người lớn? Và bao nhiêu thống khổ từ niên thiếu?! Tôi lầm lì cho đến hết bữa ăn. Ăn xong, mọi người kéo nhau vào phòng nhảy.

- Nhảy đi mày, có mấy em được lắm... Trang đề nghị.

- Nhảy mẹ gì. Mày cứ kêu bia cho tao.

Phòng nhảy mờ mờ ảo ảo đến bực bội, ăn chơi tỉnh lẻ lỉnh kỉnh, quê mùa không chịu được. Lại thêm có anh thợ hát ở đâu lò dò lên ca một bài để tặng các anh chiến sĩ...

- Đ.m., tặng với chả tặng!

Ngày hôm kia trong rừng sâu, đại đội tôi đi đầu chưa kiếm ra được bãi tải thương, hai thương binh mang theo nặng như hai bao gạo, rừng dầy quá không cáng được phải dẫn tụi nó đi từng thước... Trên đầu, máy bay trực thăng lượn vòng đợi, dưới đất tiểu đoàn trưởng thúc giục, tôi như cơn lửa cháy trong đầu, thế mà anh này ở đâu trên L.19, bấm combiné của máy truyền tin Không - Lục để hát một bài tặng các anh *"Thiên thần mũ đỏ"*!

- Hát với chẳng hát, tiên sư anh, tôi lại tặng cho mấy quả bây giờ. Tôi lẩm bẩm chửi thề đứng dậy...

- Can! Can! Anh Ba *"râu"* cuống quýt... - Thôi, thôi, cho tôi xin bố, bố không muốn ngồi đây thì cút đi chỗ khác! Đi đi cho được việc... Trang dẫn nó đi hộ tao, để nó đánh lộn ở đây thì anh Tướng nhốt cả lũ bây giờ. Cút!!

Trang dẫn tôi ra cửa, có con hổ nhồi bông ở ngưỡng cửa ra vào, tôi sẵn chân đá luôn một cái. Mẹ kiếp! Cứ voi với hổ suốt cả đời...

- Bây giờ mày muốn đi đâu? Trang hỏi.

- Tao đi lang thang.

- Đi lang thang làm quái gì, lên cái chỗ "dưỡng quân" cho biết.

- Ừ, đi thì đi.

Trung tâm dưỡng quân nồng nặc khói thuốc, ta với tây hỗn độn, chen chúc, bia, được uống không phải từng chai nhưng từng két, uống để đè xuống cái mùi gái, mùi lính, mùi nước hoa đĩ thõa, mùi của thân thể không được tắm rửa, mùi của *chất* đàn ông và đàn bà sau ngàn lần ân ái, bao nhiêu lâu đọng trên giường, trên gối, trong kẽ ngách, dưới sàn nhà. Sàn nhà, một địa ngục thô bỉ được dọi sáng bằng ngọn đèn lù mù yếu ớt, dầy đặc đất đỏ của muôn ngàn đôi giày lính dẫm lên, hàng trăm cái "áo mưa" nằm lềnh kềnh, tung tóe... Đế giày nhà binh dẫm lên nhừa nhựa, như bước trên thây thân người chết! Chưa có chỗ nào dơ bẩn và nhầy nhụa hơn. Con gái điếm đứng trước mặt, ánh sáng không soi rõ, chỉ thấy một phần bụng nhăn nheo, vết thâm tím thẫm.

- Anh cởi quần áo ra đi chứ?

Im lặng. Nó vẫn tiếp tục cởi phần y phục còn lại. Đến ngồi bên mép giường, xong đưa tay ngoắc tôi...

- Em cởi quần áo cho anh nghe? - Nó đưa tay lên nút áo của tôi.

- Không cần, để thế này, "chơi đứng"!

- Đâu có được?

- Sao không?

- Em không quen, khó "chơi" lắm, với lại em thấp thua anh.

- Ăn thua mẹ gì! Mày đứng trên giường.

Con bé lắc đầu không chịu. Tôi đấm một cái thật mạnh, nó văng ngửa người trên giường la inh ỏi. Ngoài sân có tiếng chân chạy, phòng bên cạnh có con điếm khác chửi thằng Mỹ tơi bời.... fuck you! Tôi phóng nhanh ra cửa, ngoắc Trang leo lên xe, chạy nhanh như chớp về phía Pleiku...

- Mày say rồi hả?

- Ừ.

Tôi nhường lái cho nó. Người mệt lả như sau cuộc đua quá sức...

- Bây giờ làm gì? Trang hỏi.

- Cứ đi vào cái bar nào đó chẳng được.

Pleiku, thành phố của snack-bar, người tử tế không có ai ra đường sau tám giờ tối, tôi nghĩ vậy. Thành phố của đĩ điếm công khai, của đổi chác dâm đật lộ liễu, thành phố hết tình người, giữ gìn làm gì? Phải, giữ gìn làm gì? Phá cho thả cửa...

Còn gì nữa đâu... Thành phố này chỉ trước hai năm thôi, tháng Tám năm một ngàn chín trăm sáu tư, tôi đến đây chạy như giông bão để tìm em. Tôi đến đây vào buổi tối trời mù sương, thành phố kín cửa, tôi chạy như kẻ điên, như người mất trí, tôi đập cửa từng nhà, hỏi gặn từng người qua mặt... *Em ở đâu? Em ở đâu?*... Đây là nhà em, con đường Hoàng Diệu nối dài hoang vắng, lầy lội không ánh sáng, không bóng người... Tôi chạy vào nhà em tưởng chừng như có giọng nói, nụ cười, và em sẽ có, có thật đầy đủ, có như những lần đã có trong tay tôi... Nhưng tất cả không còn gì?

Chiếc dốc hoang vắng đưa tôi về chỗ trọ, buồn thảm như đường về cõi chết... Hơn hai năm đi qua, hôm nay trở lại thành phố, còn gì đâu những ngày xưa nữa... Đĩ điếm, xanh đỏ, lòe loẹt xuất hiện trong đường phố, tiếng cười, giọng nói đâu còn vóc dáng Việt Nam. Và em... Em cũng đang tan biến đâu rồi trong tận cùng đổ vỡ quê hương?!

Tối hôm đó, tôi không biết đã đi vào bao quán rượu. Không biết phải chứng kiến bao khuôn mặt nham nhở, ngu ngơ, bao nhiêu chiếc mồm thoa son đỏ loét mở ra, khép vào như những vết thương ghẻ lở. Tôi chỉ biết say, say thật nhiều. Say đi, quê hương, ta còn không giữ kể gì thân ta... Say đến nỗi không nhấc nổi bước chân. Và vào lúc mười hai giờ đêm, thành phố đẫm sương mù bao phủ, le lói ánh đèn đường nhạt nhạt mênh mông, tôi ngồi ngay hè đường run rẩy ăn tô phở, ánh hồng từ bếp lửa chiếu lên chập chờn soi rõ mặt...

- Mấy ông đi chơi gì mà khuya vậy? Người bán phở hỏi vu vơ. Giọng nói người Huế khàn khàn. Lại một kẻ tha phương đi kiếm sống như tôi đi hành quân trên suốt dải quê hương. Trang hát nhỏ thì thầm... Một đắng cay, xót xa nào đọng trên mi mắt...

Ngày này tôi được hai- mươi ba tuổi.

Tháng 9 năm 1966

Pleiku

HẬU TỪ VỀ PLEIKU

Khổ Đau/Sự Chết nơi chiến trận Đồng Xoài 1965 chỉ là khúc dạo đầu phần bi thảm với những người lính tử trận. Cuộc tàn sát Mậu Thân, 1968 cũng trong giới hạn của ngàn người dân Thành Phố Huế bị đập đầu, chôn sống. Và cho dẫu ngọn lửa Mùa Hè 1972 gớm ghê khốc liệt bao nhiêu cũng chỉ bùng cháy, tiêu hủy các thị xã An Lộc, Kontum, Quảng Trị.. Hóa ra Địa Ngục Miền Nam không chỉ chừng ấy. Hóa ra khổ đau Miền Nam không chỉ với vài ngàn, vài chục ngàn người chết, những thị xã bị tiêu hủy... Tai ương Việt Nam/Thảm Họa Miền Nam thăm thẳm vô bờ với mùa xuân uất hận không thể nào quên. Dẫu hôm nay 40 năm sau 1975. Chúng ta hãy nhìn lại đoạn đường máu thẫm của một dân tộc đọa đày trên quê nhà điêu linh...

Ngày 10 Tháng 3 năm 1975, quân đoàn Tây Nguyên dưới quyền tổng chỉ huy của Tổng tham mưu trưởng Văn Tiến Dũng đến từ Hà Nội đồng loạt tấn công vào thị xã Ban Mê Thuộc với những sư đoàn 324, 324B, 320, 308, 316 và cả sư đoàn 341 tổng trừ bị của quân đội miền Bắc. Với sư đoàn F10 làm mũi nhọn được hai sư đoàn 320, 316 tăng cường, và sư đoàn 341 làm tổng trừ bị, lực lượng cộng sản có khoảng 25,000 người được pháo binh, chiến xa nặng yểm trợ phối hợp. Đối lại tại thị xã Ban Mê Thuộc phía VNCH chỉ có khoản 1.200 lính chiến đấu trong tổng số lính hậu cứ của Sư Đoàn 23 Bộ Binh, lực lượng Địa phương quân Tiểu khu Đắc-lắc, và Liên Đoàn 22 Biệt Động Quân. Thế nên từ hai giờ sáng ngày 10 tháng Ba, giờ mở lệnh tấn công mà tướng Dũng ước tính chiến trận Ban Mê Thuộc sẽ chấm dứt sau một tuần nhưng chỉ đến 5 giờ 30 chiều cùng ngày, thị xã Ban Mê Thuộc hầu như thuộc về phần kiểm soát của quân Bắc Việt cho dù Biệt Động Quân và Bộ Binh vẫn tiếp tục chiến đấu. Dũng cứ tưởng như là giấc mơ. Và Dũng đã đi từ giấc mơ sang một vùng ảo giác vào những ngày sau khi được báo cáo: Quân đoàn II tháo chạy!

Cuộc di tản dọc Tỉnh Lộ 7 theo lộ trình Pleiku-Phú Bổn xuống Tuy Hòa với mối đau thương quá lớn dày đặc trên hai trăm cây số đường núi với hai trăm ngàn dân thường đi từ hai thành phố Kontum, Pleiku. Phải, chỉ là dân thường, những người nghèo không đủ tiền mua vé máy bay vào những tuần, tháng trước. Trời cao nguyên buổi tàn xuân gây gây rét vào sáng, càng về trưa nắng cao và nóng khô khan, đường bụi mù tung đỏ bám vào thành xe, nòng pháo, khí cụ, tóc và da mặt người, vạn tròng mắt đỏ rực. Những tròng mắt mệt mỏi lo âu, tuyệt vọng.

Phía sau lưng, thị xã Pleiku bốc lửa ngọn, khói đen đặc ngật ngật bay lên cao hơn đỉnh núi Hàm Rồng. Lửa lóng lánh ánh sáng kinh dị trong đôi ngươi những người lính Liên Đoàn 7 Biệt Động Quân, thành phần hậu vệ đoàn di tản. Trời cao nguyên với thị trấn Pleiku thường trĩu nặng sương mù nay oằn thân vật vã trong màu lửa địa ngục. Lửa từ khối kim loại vũ khí, từ những kho quân nhu, quân cụ, soi loang loáng chập chờn những đường dốc hun hút lẩn khuất dưới tàng thông. Tất cả đồng nhóm lên màu đỏ chói. Màu đỏ của máu lửa soi chập chờn đoàn người di tản thê thiết.

Đoàn di tản qua được một ngày bình an. Bình an sống sót qua đói, khát, nhục nhằn và lo âu. Lính gục trên mũi súng, đàn bà, con trẻ nằm rũ lên hành lý, thành xe, đất cát. Được sống, được ngủ là hạnh phúc quá lớn hở trời? Còn biết kêu vào đâu? Với ai?

Ngày 16 tháng Ba, Một Chủ Nhật điêu linh tan nát dọc con đường đỏ sẫm đất núi và máu rây. Đoàn di tản bị chận ở phía đông Củng Sơn, bị cắt rời ở quận Phú Túc, bị đuổi dập từ tây quận lỵ Phú Bổn. Xe tăng cán ngang lên GMC, xe GMC hất xe đò chở thường dân xuống vực thẳm, cũng hất luôn những xe jeep nhỏ, cán qua những chiếc xe Dodge 4 của địa phương quân chở những người già và trẻ em tan tác. Chiếc vespa của một gia đình chạy lông lốc, xiêu vẹo trên sườn đồi, đứa con, người vợ rơi tơi tả, người chồng, người cha rơi cuối cùng với chiếc xe vỡ toang trên mỏm đá.

Và súng nổ... 105, 155 pháo binh, hỏa tiễn TOW, XM72 của phía cộng hòa; 130 ly, 122 ly, B40, B41 của phía cộng sản, tất cả cùng hòa vào nhau thành một luồng hỗn âm tan tác làm rung rinh sắc núi, mờ nhòa ánh nắng. Mặt trời bị chìm khuất trong khói xám. Có xác bà già ngồi dựa bờ đất bên lề đường, người khô quắt không vết thương. Dấu hiệu sự chết chỉ được nhận biết nơi ổ mắt, mũi, miệng... Đám kiến rừng bò lúc nhúc quay quất đánh hơi. Ba đứa trẻ mắt lạc thần ngồi nhìn đoạn đường hỗn loạn không cảm giác. Bé trai nhỏ nhất gục đầu trên gối chị ngủ lay lắt.

Bao trùm tiếng la khóc khản đặc của người, có âm thanh của đạn súng sơn pháo nổ thật gần. Sư đoàn 320 Điện Biên bắn thẳng xuống đoàn di tản. Lính còn rõ để phản ứng trú ẩn, chống cự, người dân chỉ biết đưa mắt nhìn lên nơi đặt súng, nơi có những tiếng nổ khô, ngắn trước khi bị bùng vỡ phá toang. Xác người tung lên theo đất bay bay.

Cái chết không đơn giản, mau chóng bởi súng đạn. Chết còn bị nhận chìm từ từ trong lòng chiến xa khi chiếc xe tăng chúc đầu xuống đầu cầu nổi bắc qua sông Ba. Chiếc cầu bắc vội mỏng manh không thể nào chứa nổi sức nặng vạn con người, vạn chiếc xe... Chiếc tăng M48 như khối đá ấn mạnh xuống lòng chén nứt vỡ. Trong lòng xe có tiếng người hét nghẹn, trên pháo tháp có đám người ngoi ngóp, người đạp lên đầu, lưng, vai người để được thở được sống thêm vài giây ngắn. Chiếc xe chìm xuống im lặng, kéo theo, mang theo, đè xuống rất nhiều thây xác. Xích sắt điên cuồng đào xoáy giòng sông máu sẫm làm quẫy lên, tung tóe những tay chân người kẹp dính dưới lưng xe.

Cuối cùng đoàn di tản cũng về đến Tuy Hòa vào ngày 25 tháng Ba do Tiểu Đoàn 58 Biệt Động dẫn đầu. Hai-trăm ngàn dân theo lính chạy loạn từ Kontum, Pleiku nay còn khoảng sáu chục ngàn người. 200.000 trừ đi 60.000 vậy đã chết bao nhiêu? Không ai có thể tính chính xác được số dân thiệt mạng. Người chỉ biết và đau với trường hợp của từng người thân, của mỗi gia đình, của chính thịt da mình. Trên chiếc trực thăng từ phi trường Đông Tác (Tuy Hòa) về Nha Trang, viên thiếu tá ngồi ôm đứa con nhỏ, gục đầu nín thinh khi đứa bé chợt nhớ và hỏi nhỏ... *Bà nội đâu hở ba?*

Trong đêm khuya nơi trại tạm cư ở đèo Rù Rì, nghe những lời than vãn rời rạc lẫn tiếng khóc nấc nghẹn ghìm ghìm. Trên bãi biển Nha Trang từng khối người ngồi chập choạng dưới trăng khuya. Trăng vàng chạch, đỏ nhừ nhừ như máu bầm. Trong lòng người di tản từ cao nguyên đồng bằng trong tháng Ba năm 1975 hầu như ai cũng đọng khối máu uất nghẹn đau thương. Khối máu oan hờn của một dân tộc điêu linh, chỉ khác người dân miền Trung chịu sớm nhất. Đau nhất.

Mùa Chúa chịu nạn giải cứu thế gian diễn ra cùng lần bức tử miền Trung.

Khởi đầu buổi Đồng Tế tàn cuộc miền Nam. Bắt đầu từ Ngày 10 Tháng Ba ở Ban Mê Thuộc, dọc Tỉnh Lộ 7 B, con lộ máu từ Pleiku dẫn về miền duyên hải. Hóa ra không cần đủ hết tháng Ba, để tiếp theo tháng Tư thấm máu toàn miền Nam sụp vỡ. Thế nên, người hôm nay phải viết lại, phải nói lên - Vì nếu không sẽ có tội - Tội với những người đã chết mà lượng người chết trên Tỉnh Lộ 7 B là oan khiên đồng hiến tế khởi đầu lần tận diệt Quê Hương. Của Quốc Gia Việt Nam Cộng Hòa.

Bốn Mươi Năm Trận Ban Mê Thuộc

Lần Khởi Cuộc Mất Quê Hương

(10 Tháng 3, 1975-2015)

Dưới lằn đạn của địch quân.
Ảnh Nguyễn Ngọc Hạnh

Những Ngày Thê Thảm

Phi cơ hạ cánh xuống phi trường Qui Nhơn vào buổi chiều nắng gắt, hai Tiểu Đoàn 3 và 5 Nhảy dù đang xếp hàng đợi về Sài Gòn, những người sắp đi hớn hở ra mặt, trong khi chúng tôi, kẻ đến thay thế ai nấy trông khó đăm đăm...

- Chúng mày ở đây bao nhiêu lâu rồi?

- Hơn ba tháng rồi đấy ông ạ, bố khỉ chẳng bao giờ đi lâu như vậy. Cẩn ở Tiểu Đoàn 3 Nhảy dù trả lời.

- Tôi đi Pleiku một lần với ông, ông về nghỉ, bây giờ ra lại, tụi tôi mới được về... Chịu khó đi, vi-xi ở đây có sư đoàn Sao Vàng bị quần tơi tả hết, ông hỏi Tiểu Đoàn 3 coi, Việt cộng nó đầu hàng buồn cười không chịu được. Âu ở Tiểu Đoàn 5 nói tiếp.

- Ấy, vì đơn vị tôi mới thành lập thì phải lai rai một chút xã hơi, nhưng chắc lần này phải trả nợ kỹ, mấy ông về là sướng, ở đây lại bắt đầu mưa mới khốn nạn! Tôi nói câu cuối cùng trước khi lên xe.

Tiểu đoàn chúng tôi cùng Tiểu Đoàn 6 lên xe đến Phù Cát. Xe chạy qua thành phố Qui Nhơn, thành phố nhiều lính ngoại quốc đứng sau Đà Nẵng, Biên Hòa và Nha Trang. Không hiểu phải chăng là số mạng, những thành phố nào tôi lớn lên và sống đều bị hư hại nhiều nhất. Đúng là một cái số không may để thấy nơi chốn tuổi thơ bị loang lổ và vấy bẩn. Đà Nẵng, thành phố ven con sông, dựa lưng vào biển, gió thổi rịn mùi muối, con đường bờ sông xanh um lá me tây, lối về Trẹm, đường Quang Trung, đường Lê Lợi phía gần trại định cư Thăng Bình vắng vẻ như một nẻo về thơ mộng. Giờ tan lớp, học trò từ ba trường Phan Chu Trinh, Nguyễn Công Trứ, Phan Thanh Giản đổ ra reo vui rộn rã như tùy bút của Xuân Diệu... Xong con đường trở lại vắng vẻ, thấp thoáng một vài gã trai về muộn sau khi chơi bóng rổ hoặc theo sau những tà áo trắng tóc thề.

Qui Nhơn, ngày quân đội quốc gia tiếp thu thành phố, 1955, tôi đến trong đêm khuya theo đoàn công-voa nhà binh đến ở nhà ông Bác, mười hai giờ xe qua thành phố như nghe lại tiếng trống hào hùng của người áo vải cờ đào. Qui Nhơn, cũng thành phố này tôi tìm đến em, để thấy trong cơn say choáng váng, ngọn lửa rực rỡ của tình yêu tàn rụi dần... Nhưng quê hương đẹp đẽ của tôi trong chiến tranh, dưới bàn tay của người bạn đồng minh trở nên lòe loẹt dơ dáy. Chiến tranh phá vỡ tận cùng kỷ niệm.

Xe chạy qua khỏi thành phố dọc Quốc Lộ 1, cũng như ở Nha Trang và Biên Hòa, những đống rác vĩ đại và những chiếc chòi tỵ nạn lúc nhúc bên cạnh nguồn, đống sinh lực độc hại đó. Con đường từ Qui Nhơn đến ngã ba rẽ lên Pleiku đang sửa chữa, từ đó trở đi loang lổ, nát bấy như một con đường núi. Cầu bị sập được thay thế bằng những ống cống kim khí lớn đặt theo dòng nước xong lấp đất thật chặt. Một dòng sông được ép lại qua những lòng cống nhỏ. Với nhịp làm cầu này, tôi tin chắc rằng danh từ "nhịp cầu" sẽ không bao giờ còn ở địa phương này nữa. Thôi, chỉ cốt sự tiện lợi, chiếc cầu chỉ còn vang bóng như một vẻ đẹp xưa.

Xe đến Phù Cát, quận lỵ của người dân định cư với đói khổ tranh sống được tính từng ngày, từng bữa cơm có được. Tiểu đoàn chúng tôi vào đóng ở khu dân cư cách Quốc Lộ 1 một cây số, làng thật nghèo, đây là ngôi làng của những người thuở trước cũng có gia sản, nay vì chạy nạn giặc dã trốn ra đây, họ thuộc về thành phần dân cư đi trước những vụ tị nạn tập thể. Dân chúng không có nghề nghiệp nhất định, đi nhặt đồ hộp, rửa xe Mỹ, Đại Hàn dọc theo quốc lộ. Một số con gái phần đông làm nghề bán nước ngọt cho toán Công binh đóng dọc đường, đồng thời đời sống khó khăn nên họ làm luôn nghề bán ái tình cho các anh lính xa nhà bất kỳ ở nơi đâu... Trên bãi cát, sau bụi cây, trên xe GMC, một đôi khi dựa vào hông xe... Chỉ cốt sống được!! Người dân Phù Cát sống thật mệt.

Ngày 12 tháng Mười Một, năm giờ sáng, tiểu đoàn hướng về ngã Bồng Sơn, qua quận Phù Mỹ, trời còn tối, vượt đèo Nhông đến đèo Phù Cũ, xe ngừng. Dàn đội hình, bỏ Quốc Lộ 1, tiểu đoàn bắt đầu tiến quân về phía đông, bên trái là núi Chóp Chài, bên phải là đồng ruộng có Tiểu Đoàn 6 và thiết vận xa cùng tiến song song. Quân đi chậm, nơi đây một tháng trước, chúng tôi đã có dịp chứng kiến một tiểu đoàn của Trung Đoàn 42 quần thảo với địch - làng Quang Nghiễm - mục tiêu thứ 1 hiện ra cuối cánh đồng sừng sững như một pháo đài. Hàng trăm tà-vẹt đường rầy được Việt cộng lấy từ đường xe lửa xuyên Việt mang về làm tuyến phòng thủ. Hàng rào phòng thủ thật chắc do được chèn thêm thân cây dừa.

- Với hàng rào này nếu có tụi nó thì mình nát xương. Lính bàn tán.

- Bọc lên trên núi để ép xuống, lỡ có đụng thì làm ăn được.

Giọng anh Ba *"râu"* oang oang trong máy. Đại Đội 91 bắt đầu trèo lên sườn núi phía trái, Đại Đội 92 đi dưới đồng ruộng phía tay mặt. Tiểu Đoàn 6 bên phải chúng tôi đã chiếm được mục tiêu đầu của họ, tiểu đoàn chúng tôi được lệnh vào... Lính chạy hết tốc lực, cánh đồng không có lúa dễ di chuyển nhưng quá dài đối với người lính mang nặng. Làng vắng ngắt, nhà cửa bị bom dội đổ sập chỉ còn trơ vài cây cột. Rừng dừa vẫn còn tươi, dừa miền Trung cao và to hơn gấp bội miền Nam; vùng Bình Định, Phú Yên trong những đêm trăng, lá dừa lung linh ánh sáng như sóng biển, đi tàu lửa đêm tưởng như trôi giữa đại dương... Đêm trăng ướt lá dừa - Câu hát thật bình dị nhưng gợi cảm. Đêm trăng hôm nay vẫn còn đấy, nhưng người làm câu thơ giờ này chắc đâu còn rung động như những năm xưa. Hình như ông ta đã theo Mặt Trận.

Quân tiến đến làng Quang Nghiễm 4, xong trở về làng Quang Nghiễm 3 để đóng quân. Cao độ ba mươi sáu thước, gió từ biển thổi vào lồng lộng, đồi không cây, không căng võng được, ngủ ngay trên sườn đá. Mặt trời tắt, gió mùa đông thổi lạnh, đêm ngủ không được, thân thể mệt mỏi, nằm xuống nhớ thằng bé vừa sinh chưa đầy tháng. Cuộc hành quân còn bao nhiêu lâu? Tôi ngồi dậy nhìn ra trong đêm tối, có tiếng sóng vỗ ở nơi xa. Tôi biết mình đi gần về biển. Bao nhiêu lâu không thấy biển, nơi tuổi trẻ của tôi đã lớn. Tôi đã già. Một ngày hành quân vừa đi qua.

Tiếp tục những ngày sau, tiểu đoàn tiến về hướng Nam, chợ Bình Dương Đông, chợ nhỏ nhưng đông, người từ những thôn xóm xa xăm đến họp, có những món hàng thật tội nghiệp, bốn năm quả trứng, vài bó củ cải mà người bán phải dậy từ sáng tinh mơ để đi đến đây từ một làng sát bờ biển, tay mang, đầu đội, tay dẫn con vượt qua hàng mười lăm hai mươi cây số để đổi lấy một vài thứ không thể sản xuất được.

Tiểu đoàn đóng quân tại chợ, lính nhào đi mua bán, ít khi họ mua được hàng rẻ và ngon đến thế. Cả dân và lính đều hả hê vui sướng. Tiếp tục đi sâu về phía đông đến tận đầm Trà Ô. Làng thật trù phú, vườn củ đậu xanh, dừa sai quả, tất cả nhà gạch trong làng đều bị bom cày nát. Nhà thờ Chánh Khoan chu vi rộng hai mẫu, kiến trúc theo lối Tây phương, tượng thiên thần tinh xảo còn tồn lại được trên đồi cao như dấu vết của một thời kỳ thịnh vượng.

Một tuần, hai tuần qua, càng đi vào sâu càng thấy đổ vỡ chiến tranh và tác động của nó. Cả một vùng đất đai trù phú từ đèo Nhông đến đèo Phù Cũ, rộng từ Quốc Lộ 1 ra đến biển nhưng tổng số dân cư không quá hai ngàn người. Không có đàn ông, thiếu người canh tác, lúa chín đỏ không người gặt. Bà cụ già đến bữa ăn ra nhặt một ít đem về xay để đủ nấu trong vài ngày. Dân ở bên cạnh đầm Trà Ô không dám đánh cá, chiếc đầm rộng hơn mười lăm cây số vuông, lưới cá giăng đầy không người kéo. Sáng ngày thứ mười bốn, khi đóng quân ở trên bờ cát cao nhìn xuống mặt đầm, nước đầm bủa sóng mênh mông, một chiếc xuồng nan trôi dật dờ, ở trên có chiếc trực thăng lượn vòng, thỉnh thoảng bắn xuống một tràng đại liên. Hai giờ sau chiếc xuồng vào đến bờ, hai người đàn ông lớn tuổi được khiêng lên, cả hai đều bị thương.

- Sao ông lại ra ngoài đầm để làm gì?

- Lưới của nẫu nhiều cá quá, không ra gỡ thì uổng...

Gọi trực thăng xuống di tản, một người đàn bà từ đâu chạy lại ôm lấy người bị thương khóc lóc...

- Đã nói với nẫu đừng đi để nông nỗi thế này!

Đứa bé chín tuổi đứng bên cạnh nhìn chúng tôi hằn học. Không lấy gì làm lạ, địch đã ở vùng này quá lâu để gây ảnh hưởng. Ngôi trường học ở Phú Ninh bị phá nát, Việt cộng đào rộng cái hốc ở núi Lồi để làm trường dạy lũ trẻ. *Tính đố: Ngày hôm qua quân giải phóng giết hai mươi quân Mỹ-Ngụy và tịch thu mười tám súng, ngày hôm nay thêm bốn mươi lính ngụy chết tịch thu ba mươi hai súng, hỏi quân giải phóng đã giết được bao nhiêu quân Mỹ-Ngụy? Và tịch thu bao nhiêu súng?*

Bài hát: Em có cây bút chì. Vẽ ngay một tên giặc Mỹ. Em tô con mắt xanh lè, cái mặt thật là gớm ghê...

Đi đến nơi đâu: Đàn ông ở đâu? Nẫu không biết! Ai giết cô Năm ở chợ Bình Dương? Nẫu không biết! Cô Năm thợ may chỉ có cái tội sửa áo quần cho lính, đêm sau tiểu đoàn đi, Việt cộng về lôi ra chém kèm bản án liên lạc với Ngụy!

Bà già sáu mươi hai tuổi bị tình nghi là điểm chỉ cho Việt cộng bình tĩnh đối đáp trong khi chúng tôi có đủ chi tiết trên giấy tờ tịch thu được.

- Bà là mẹ chiến sĩ phải không?

Im lặng.

- Chúng tôi có giấy tờ chứng nhận bà đã đi thu thuế trong vùng Chánh Khoan để nộp cho tên huyện uỷ Nguyễn Văn Bình.

Vẫn im lặng. Bà già nhổ huyết trầu xuống đất, cười khủng khỉnh:

- Nẫu không biết.

Sự dốt nát và hận thù, nghèo đói bệnh tật đè lên đầu dân chúng. Tiểu đoàn đi đầu, đại đội chúng tôi đi sau chót, gặp một toán dân làng thằng Hùng mang máy truyền tin cho tôi nghịch ngợm hỏi:

- Có thấy bọn Mỹ Nguỵ qua đây không?

Toán dân nhìn bộ áo quần của nó dò xét không trả lời. Thằng Hùng trỗi giọng Quảng Bình:

- Các đồng chí phải hoan hô quân giải phóng, chúng tôi đã giết được hai trăm tên Mỹ Nguỵ nên lấy được áo quần và súng này của chúng. Chúng tôi là quân giải phóng, các đồng chí đừng lầm, hãy chỉ tụi Mỹ Nguỵ cho chúng tôi!

... Toán dân mau mắn gật đầu:

- Kìa kìa, tụi nó đi ngã kia kìa.

Họ chỉ về hướng tiểu đoàn chúng tôi đang di chuyển.

Một tháng hơn đã qua, người tôi muốn nằm xuống như một chiếc lá khô. Đi mãi, đi hoài, vòng lên Vạn Phú ra Chánh Khoan, Chánh Giáo, kéo ra quốc lộ lãnh tiếp tế, xong rồi lại rút vào. Chúng tôi đi không cần địa bàn, không bản đồ, cứ nghe đến mục tiêu là đi. Đi không có kết quả. Nhưng tệ hại hơn cả là mệt mỏi tinh thần, những thảm cảnh chứng kiến cùng với sự khổ nhọc của bản thân càng ngày càng chồng chất lên cao. Người tôi căng bởi trong đau đớn và cuồng nộ vô danh.

Chiều ngày thứ bốn mươi của cuộc hành quân. Đại đội đi hoạt động biệt lập, chúng tôi đi dọc theo bờ đầm, biển và bờ cát ở bên phải, đầm ở bên trái. Trời mùa đông miền Trung xám đặc, bãi cát vàng úa, đầm giăng giăng mưa bụi, từng đàn vịt trời bay lên, đảo xuống theo một tốc độ chậm chạp buồn phiền. Tôi để một trung đội đi trên gò cát, phần còn lại của đại đội dựa theo bờ đầm, đoàn quân đi thất thểu như một lũ ma hoang.

Một tháng mười ngày di chuyển không ngừng nghỉ, áo quần bẩn thỉu, nhàu nát, gió mùa đông lạnh buốt. Chúng tôi đã tận nhọc nhằn. Đến làng An Quảng, làng thuộc loại lớn nhưng hoang vắng một cách đáng sợ, mọi nhà đều đóng cửa. Có tiếng khóc trong một ngôi nhà nhỏ, tiếng khóc trẻ nít. Tôi cho một anh lính bước vào, một lúc sau trở ra dẫn theo ba đứa trẻ, đứa lớn nhất khoảng mười ba tuổi.

- Nhà có người chết, Trung úy.

- Ai chết đó mấy em?

- Nẫu cha và mẹ. Đứa con gái lớn mếu máo trả lời.

- Chết lâu hay mau rồi? Sao mà chết?

- Chết hai ngày rồi, mấy nẫu bị đau.

Soát lại tình trạng của các căn nhà khác, đâu đâu cũng có một vài người đã chết hoặc gần chết. Dịch hạch, toàn thể dân chúng trong làng đều bị dịch hạch, bệnh nhân phần đông đang hấp hối, sốt mê man hạch nổi to tướng. Tôi ra lệnh cho lính ra khỏi làng dẫn thêm ba đứa trẻ.

- Em năm nay mấy tuổi?

- Dạ mười bốn tuổi.

Mười bốn tuổi, con bé hom hem gầy guộc ước chừng mười tuổi, mắt nó ngơ ngáo, môi thâm xì. Hai đứa em trông còn thiểu não hơn, đứa bé nhất khoảng bốn hay năm tuổi. Một gói cơm khô và hộp cá được đưa ra, ba đứa bé ăn trong nháy mắt.

- Bây giờ các nẫu chôn dùm cha mẹ tôi.

Đứa bé gái xịt xoạt khóc, ngồi xuống bãi cát chắp tay lạy chúng tôi. Hai đứa em bâu lấy chị òa lên khóc theo. Tôi đứng dậy đi ra xa, cổ họng đắng ngắt, hơi thuốc lá rít vào nhờ nhợ muốn nôn. Gió ở biển thổi vào làm mi mắt mọng mọng. Tôi ước gì được chảy dòng nước mắt, nỗi giận vô cớ muốn vỡ toang trong người.

Chôn hai xác chết, huyệt đào sâu không quá một thước rưỡi, lót mảnh ván đặt hai thây người bó chiếc chiếu. Ba đứa bé đứng lặng nhìn những người lạ chôn xác cha mẹ chúng với đôi mắt trợn trừng của những con vật sắp chết. Tôi muốn chôn luôn cả chúng nó!

- Bây giờ các em ở đây với ai, lấy cái gì ăn?

- Dạ đào củ đậu và khoai. Con chị chắp tay lạy tôi mấy cái để cám ơn.

Tôi ngồi xuống ôm thằng bé nhất trong tay, lòng khô như bãi cát dưới trưa nắng. Thôi cho mấy em mấy hộp thức ăn này, anh đi. Quân kéo xa khỏi làng, bóng ba đứa bé mờ dần trong sương chiều như hờn oan.

Bây giờ thì sự sụp đổ trong linh hồn coi như đã hoàn tất, lính đi lâu ngày sinh ra bê bối vì không phải quê hương ruột thịt, lính chúng tôi không làm sao có trách nhiệm trên vùng đất này được. Lính binh chủng này đem đi làm nhiệm vụ bình định nông thôn thật là buồn cười, phải có những mục tiêu, những kết quả cụ thể mới giáo dục họ được. Họ không thể chịu đựng nổi loại hành quân cứ đi hết làng này qua làng khác, không đụng trận, không gặp địch. Chỉ có đi và đi hoài, đi đến độ nhàm chán ngã lòng. Binh chủng chúng tôi phải ném vào nơi các chiến trận gay go nhất, những vùng bị áp lực địch thật mạnh, để tấn công, để chiếm giữ song cho rút ra nghỉ để tiếp tục với một cuộc quyết chiến khác.

Hành quân bình định tại một làng heo hút tận miền Trung, không có lính chính quy của địch để đụng trận du kích đã từ lâu gây ảnh hưởng và tuyên truyền, lính đi lâu ngã lòng vì cảm thấy vô ích thừa thãi. Lại xảy ra các vụ buôn bán ái tình. Gái ở đây dễ tính, chiến tranh kéo hút đàn ông đi, lính xuất hiện như một đáp số đúng. Người tôi như một chiếc lá khô trôi theo giòng nước. Hai tháng trôi qua, sáu mươi ngày lê chân đủ khắp hết mọi vùng núi non, đồng ruộng, chứng kiến những tàn phá đổ vỡ của chiến tranh, cơn băng rã trong lòng người và những tình ý quí báu bể tan như bọt nước...

- Chồng nẫu đâu rồi?

- Đi sửa xe đạp ngoài Qui Nhơn.

- Nẫu đẹp quá, có ưng anh không?

Tiếp theo là thô bạo suồng sã, xác thân bị đốt cháy tiêu tan bởi dục tình.

Chiều mưa, mưa thật lớn, đoàn quân đi trước, dân đi sau. Từ Dương Liễu lên Vạn Phú, con đường bị lấp dưới làn nước chảy xiết. Lính chịu đựng im lìm, dân xơ xác nheo nhóc lếch thếch trên giòng nước bạc, trong làn mưa chập chờn như một lũ ma. Đường nhựa không xử dụng được, nước cuốn trôi những đoạn đường lớn, tất cả đưa nhau lên đường xe lửa vốn được đắp cao. Đường xe lửa xuyên Việt bây giờ chỉ còn lại nền đất và đá cuội, tà-vẹt bị bóc hẳn, đường rầy bị lật sang một bên nằm cong queo thảm hại. Tôi đi như một hồn ma trên con đường hoang tàn đó.

Ngày thứ tám mươi, trực thăng vận từ phi trường Đệ Đức vào làng nhỏ sông Phụng Tiên, nằm giữa Bồng Sơn và Tam Quan. Trực thăng bay trên vùng biển dừa xôn xao ở dưới. Đại đội đáp xuống bình yên, Tiểu đoàn tiến về phía nam. Di chuyển được một giờ, Đại Đội 91 ở cánh trái thấy thấp thoáng trong vườn mía bóng người chạy. Súng nổ, có tiếng đạn bắn trở lại, đạn AK, đúng là Việt cộng khép chặt vào. Đại Đội 94 từ phía phải bọc lại. Đại Đội 91 cho một trung đội tiến vào lục soát, có vết máu dẫn tới một miệng hầm. Tèo ra lệnh vây chiếc hầm, cho người đến gọi:

- Lên, không thì ném lựu đạn xuống...

Gọi được hai lần... Ầm! Một tiếng nổ từ dưới hầm vang lên, Việt cộng dưới hầm vừa tự tử!! Lệnh khui chiếc hầm, sáu thi thể bê bết máu được kéo lên từng cái một. Khám phá trong xác chết của một tên ăn mặc chững chạc nhất: Huyện ủy vùng Bồng Sơn- Tam Quan. Tài liệu trong người tên này được khai thác tại chỗ, phát giác nhiều tin động trời: Chuyến trực thăng vận của chúng tôi cách đây hai giờ đã được ghi thành báo cáo chính xác, bởi điều nghiên của các tổ thám sát theo dõi chúng tôi sau hai tháng qua.

Kết quả tạm đủ, sáu chết với năm súng bị tịch thu. Tiểu đoàn rút quân chạy đua về hướng Nam. Vùng hành quân sẽ trở thành miền oanh kích tự do trong đêm nay. Việt cộng đuổi theo bắn sẻ. Đại Đội 92 của Đức có nhiệm vụ ở lại để làm hậu vệ cho đoàn quân qua sông, chín giờ tối đến chỗ đóng quân. Hai mươi mốt cây số đường ruộng được chạy trong bốn giờ.

Tôi lăn xuống một chỗ ngủ, sáng mai mới biết là chuồng bò. Tiếp tục đi về phía Nam, phía Bồng Sơn. Dọc đường thấy chiếc xe Dauphine của một nữ ký giả Pháp. Người này đã được Việt cộng đón. Tài liệu tịch thu ngày hôm qua trong túi viên Huyện ủy đã thông báo chuyện này. Về đóng quân tại ngôi chợ cạnh quốc lộ đối diện với phi trường Đệ Đức. Thèm một cục nước đá, mặc dù đang mùa đông. Nước đá, sản phẩm thành thị đã xa từ lâu. Thị trấn Bồng Sơn lầy lội, nhỏ bé nhưng vẫn quyến rũ như một bát bún bò sau gần ba tháng chỉ ăn cơm lính hành quân. Chúng tôi, hết thảy sĩ quan trong tiểu đoàn đi qua lại hoài hoài dãy phố nhỏ không chán. Đã từ lâu không nhìn thấy mặt người. Từ lâu cũng không thấy mặt trời...

Trở về Đệ Đức, suốt ngày chơi domino, chơi đến độ hoa cả mắt, chơi suốt đêm. Tôi cố tìm cho mình một đam mê. Đi lính không mê một cái gì khó sống được. Làm sao có thể bình yên trong một cuộc hành quân kéo dài đến ngày 88 với thảm cảnh lặng lẽ vừa qua. Ngày thứ 89, gắn huy chương ở sân cờ Trung Đoàn 42 Bộ binh. Buổi sáng vào ăn ở câu lạc bộ trung đoàn, ly cà phê, tô bún thật dễ chịu. Có một anh trung úy đội cái nón da lót nỉ, thứ nón trong phim Bác sĩ Zivago trông thấy thật chướng mắt. Đại úy Đỉnh nhào tới, kiếm chuyện đánh liền. Tốt, chúng tôi sửa soạn lâm chiến nếu có cuộc đánh hội đồng...

Anh trung úy nhịn thua, thật là buồn! Bao nhiêu phiền muộn muốn cho nổ tung ra, nhưng không có dịp may. Gắn huy chương, bản tuyên dương công trạng nhắc tới thành tích của tiểu đoàn trong ba tháng vừa qua. Địch chết, bị bắt, tình nghi... Chẳng có nhắc đến nỗi buồn chán hoài hoài của chuyến đi thất thểu bên bờ đầm trong chiều mưa. Bản tuyên công cũng không kể đến cảm giác nghẹt thở khi chôn hai thấy chết trong khu vườn hoang. Những giây phút ngặt nghèo đó có gì để tưởng thưởng. Được gắn một huy chương bạc cho cuộc đi dài 89 ngày.

Chúng tôi trở về chỗ đóng quân để đợi máy bay về Sài gòn, đánh domino suốt ngày, trời mưa không dứt. Phiên chợ bên cạnh chỗ đóng quân buồn bã xơ xác, tôi ra đứng ở bờ sông Lại Giang, trên chiếc cầu nổi, lặng lẽ nhìn quanh quất mưa giăng bụi... Thèm một ly cà phê như trong cảnh thơ Quang Dũng. Nhưng hào khí ngày nào đâu còn.

Tháng 12 năm 1966

Bồng Sơn

Huế đổ nát vì lệnh "Tổng Tấn Công Tết Mậu Thân"
Ảnh Nguyễn Ngọc Hạnh

Những Ngày Dài
Trên Quê Hương

Tàu rời cửa Thuận An lúc năm giờ sáng, váng vất cơn say chiều hôm qua. Mặc anh thường vụ đại đội lùa lính lên tàu, tôi leo vào khoang sau buồng máy dựa lưng ba-lô nhắm mắt ngủ thiếp. Tiếng máy tàu, cảnh vật hai bên bờ, ánh nắng đầu tiên của ngày, dịu dàng lời ru, cùng bềnh bồng hơi rượu và sông nước... Tôi ngủ yên như vào cuộc rong chơi. Nắng dọi vào mắt làm tỉnh ngủ, tôi ngồi hẳn dậy, đốt điếu thuốc đầu tiên của ngày, nhìn bọt sóng sau mạn tàu, người hững hờ như đang rơi trong khoảng trống lúc dù chưa bung.

Cảnh vật hai bên bờ thật đẹp, lật bản đồ, tàu đang đi vào địa phận đầm Thủy Tú, bên trái Túy Vân Sơn, bên phải Hương Thủy, Phú Thứ... Những ngày hè thuở nhỏ tôi cũng thường rong chơi theo những dòng sông đẹp đẽ như thế này. Sông Cu-Đê chảy ra biển ở Nam Ô dưới chân đèo Hải Vân, tôi theo con sông vào đến nội địa đất Quảng Nam, lòng sông cát trắng, nước trong vắt, hai bờ núi in hình dưới lòng sông những ô cẩm thạch. Mái chèo khua bọt nắng lung linh trên mặt nước. Tôi không biết đường đến chùa Hương thơ mộng như thế nào, nhưng con sông Cu -Đê đầy ánh nắng của sớm mai tuổi nhỏ kia vẫn chảy hoài trong tôi như một mơ mộng không dứt đoạn. Sáng nay tôi cũng đang đi vào cảnh đẹp của quê hương. Nhưng lòng hờ hững cơn say...

Tàu đến địa điểm đổ bộ, khu trục đến "raser" một phát, thôn xóm đang bình yên bỗng chốc biến thành biển lửa... Bốn chiếc FOM dàn hàng ngang chạy nhanh vào bờ.

-Xuống... Xuống, xuống thật nhanh, đem cái súng cối lên trước... Chậm như rùa.

Hiến "chó xù", trung đội trưởng súng cối kê ngay tôi một phát:

- Vừa thôi ông ơi, Nhảy dù chứ đâu phải Thủy quân lục chiến mà ông bảo đổ bộ nhanh bằng mồm ông được...

- Kệ mẹ ông, chậm thì chết cả lũ bây giờ.

Phóng mình xuống nước, ngập tới cổ... Tôi chửi thề tùm lum. Chưa gì sáng mai đã phải tắm sớm!

Đằng xa hai đại đội tác chiến đã lập một đầu cầu, tôi tà tà lội vào bờ. Đại đội đã lên đủ. Thấy tôi lên sau chót, thằng Phen, xạ thủ súng cối nói dỗi:

- Trung úy bảo tụi em chạy theo trung úy mà bây giờ mới đến!!

- Đi theo đại đội trước... Tôi cáu kỉnh.

Quân vào làng, làng thật nghèo, hoang vu, cát xám, gai xương rồng, luống bắp cần cỗi. Sao cái đất của quê hương tôi tội nghiệp và thảm hại đến như vậy. Ông già, đàn bà bế con cái, cháu, chắt ra đứng hai bên đường đợi chúng tôi đi qua. Họ chứng tỏ sự chân thành bằng cách có mặt, vài ngôi nhà vừa cháy vì trận oanh tạc vừa qua, người chủ nhà không thèm chữa vì biết rằng có chữa cũng vô ích... Ngọn lửa hừng hực tung hoành tự do lan theo những đụn rơm, lũy tre...

Lũy tre già xao xác vặn mình đau.

Đàn súc vật lao đầu kêu tuyệt vọng...

Ôi quê hương đắm chìm trong khói súng.

Có bao giờ được thấy bóng thân yêu!

Từ thuở nhỏ, không hiểu tại sao tôi đã thích bài thơ *"Cháy Quê Hương"* của một tác giả vô danh, những câu thơ bình dị nhưng thiết tha như lời van xin..

Lửa nghi ngút đốt ngang trời bão loạn.

Mây điên cuồng phủ kín bóng quê hương.

Những cụ già tóc bạc khóc đau thương.

Những thiếu phụ lo âu tràn mắt lệ...

Ôi! Hóa ra sáng hôm nay, tôi cũng đang đi đốt quê hương. Sáng hôm nay tôi đang là tên lính viễn chinh trên phần đất mà tổ tiên đã bằng một nỗ lực phi thường gây dựng nên từ bờ cát, đồng ruộng phèn chua. Quê hương đẹp đẽ huyền thoại như chuyện đời xưa... Này đây chiếc đầm xanh ngắt mờ mờ sương khói.. Ôi! Tôi đi đốt quê hương tiền nhân, tôi đi cắt mạch máu tổ tiên, tôi tàn hại cuồng khoái trên thân thể đã tan hoang vì bom đạn của một giải đất nghèo tên gọi là Thừa Thiên!

Này ông già có nhà cháy, sao "ôn" không khóc?...

Khóc làm chi nữa "en" ơi, nhà cháy ba lần, con đi

lính gãy chân nằm ngoài Mang Cá; giặc Tây lúc xưa "đút" nhà hai lần, giặc ni "đút" ba lần... Còn chi mà khóc nữa "en" ơi!

Ông ở đây với ai?

Với hai thằng cháu này, cháu kêu tôi bằng ông nội...

Ông nội ơi, lúc xưa tôi cũng có một bà nội, bà nội thật già tóc bạc trắng, mỗi buổi chiều để dành cái bánh đa để thằng cháu sau khi ngủ dậy có cái ăn. Bà nội thương cháu, ấp ủ cháu lớn lên với đời, che chở cho cháu vì *"hắn thiếu cha".* Tôi được nuôi lớn bằng tình thương, đâu biết được sau này lại về quê hương như một kẻ xa lạ, đắm mình trong cuồng nộ điên mê.

- Trung úy cho phép tôi tới đằng cái nhà kia một chút..

Người lính Địa Phương Quân của Chi Khu Phú Thứ thuộc thành phần tăng phái theo chúng tôi để nhận diện du kích hoặc người tình nghi trong vùng nói nhỏ, tiếng than vãn...

- Anh đi láng cháng coi chừng đạp phải mìn *"chân tay biệt ly"* thì đời tàn...

- Không sao đâu trung úy, tui người vùng này mà, nhà anh tui chỗ đó.

Người lính đi một lúc trở lại với hai đứa bé, một đứa khoảng sáu tuổi, đứa kia hơn ba.

- Con ai đây?

- Dạ cháu kêu bằng chú, cha tụi hắn chắc đi theo *"Mặt Trận",* mạ hắn trốn mô không thấy. Không biết sống, chết ra răng.

- Bây giờ anh đem nó theo?

- Dạ...

Người lính yên lặng xốc thằng nhỏ trên vai xuống, móc túi lấy mấy chiếc kẹo nhà binh đưa cho hai đứa bé. Thằng lớn cầm lấy chiếc kẹo, tần ngần.

- Chú cho cháu ăn cơm, đói lắm.

Người lính móc từ ba-lô nắm cơm gói bằng giấy báo, hai đứa bé ăn trong nháy mắt, thằng lớn cầm mảnh giấy trên hai tay lè lưỡi liếm sạch từng hạt cơm còn sót lại. Tội nghiệp quá mấy em ơi! Tôi đưa tay vuốt đầu thằng nhỏ, tóc nó cứng như một thứ rễ cây. Khốn khổ cho mấy em biết mấy, ba tuổi đã phải trốn trong căn hầm tối tăm, ẩm thấp, nhịn đói, nhịn khát đã hai ngày, ba tuổi chưa biết cởi chiếc quần để đi tiểu, nước tiểu đọng vàng ố mảng quần... Em có khóc không hởi em, hai đứa bé tang thương vùng Phú Thứ... Nhưng chắc các em cũng đủ biết thân phận khốn nạn của đứa trẻ Việt Nam trong thời loạn lạc nên đã nuốt xuống tiếng nấc... Tương lai nào cho các em, đứa sáu tuổi đã biết ôm em vào lòng, mắt nhìn lên miệng hầm đen chờ đợi một trái phá, một tràng súng chấm dứt đời chưa kịp được ngày trong sáng...

Ôi các em! Người tôi căng như trên đống than hồng, nhỏ từng giọt máu xót xa!! Đau thương biết mấy hả trời... Đạn nổ. Đạn súng tay, súng cối từ bên cánh trái nổ vang, Tiểu Đoàn 7 đang đụng địch. Việt cộng túng thế chạy về phía tiểu đoàn tôi, đạn 12 ly 7 từ Tiểu Đoàn 7 bắn về tuy đi cao nhưng vẫn tạo thành cảm giác e ngại. Thằng nhỏ ba tuổi bíu chặt lấy lưng chú, thằng bé lớn nhào xuống bờ ruộng, lấy hai tay bịt chặt tai, mắt nhắm nghiền. Tôi nghĩ đến một tuổi nhỏ của *"Guerre des boutons"*, tuổi nhỏ của Sài Gòn đường Nguyễn Huệ, tuổi nhỏ mồm ngậm kem và xem ti vi. Các em ơi, các em có bao giờ biết có một tuổi nhỏ *"thần thoại"* nào như vậy không?

Quân rút theo đường bộ ngã chi khu Phú Thứ ra Quốc Lộ 1, gần phi trường Phú Bài, trời trở mưa, người lính cột thằng cháu nhỏ trên lưng bằng sợi dây mang đạn, tay nắm khẩu Garant, tay dẫn thằng cháu lớn. Dấu chân trần của đứa bé in trên cát ướt... Thấy thảm thương như giọt máu hồng từ quả tim non.

Xe đưa đoàn quân về lại Quảng Điền, sáu giờ chiều, tiểu đoàn vượt sông Bồ đóng quân tại làng Bát Vọng đối diện với quận lỵ. Tôi ngã xuống chiếc võng cột giữa hai cây cột đổ, kiệt lực như người bịnh nặng. Hành quân đã hai tháng mười hai ngày.

Trăng soi xuống giòng sông lăn tăn gợn sóng nhỏ, không có được chút mơ mộng, lòng đẫm ướt u uất hư hại như ánh trăng nhờn nhợt lạnh soi xuống ngôi nhà thờ đổ nát bên kia sông. Bây giờ đang tiết thu sao trời đầy giá rét, tôi chìm sâu xuống trong vùng tê cóng. Súng nổ từ phía Đại Đội 93, nghe qua máy truyền tin được rõ toán phục kích bắn chết hai Việt cộng, tịch thu hai súng, một tên bị thương chạy vào xóm nhà dân... Bắn trái sáng, lục soát xóm nhà, thằng bị thương chắc hẳn trốn đâu trong đó... Lệnh từ tiểu đoàn. Cả một xóm làng bị dựng dậy trong đêm khuya, ánh lửa nhấp nháy từ những chiếc đèn con, ánh sáng từ hỏa châu soi xuống nhợt nhạt.

- Trung úy, cho em qua bên Đại Đội 93. Hạ sĩ Em, thư ký hành quân của đại đội tôi nói nhỏ.

- Qua bên ấy làm gì?

- Xóm đó có nhà em, mạ em ở trong đó.

- Thật không?

Em gật đầu. Dưới bóng trăng mắt nó long lanh như khóc. Khi Đại Đội 93 lục soát xong, em trở lại với một bà già gánh đôi quang gánh.

- Mạ em đây. Em giới thiệu bà già với tôi.

Người đàn bà ngồi bệt xuống đất kéo vạt áo lên lau nước mắt, Em ngồi xuống bên cạnh người mẹ, nắm lấy bàn tay gầy guộc nhăn nheo. Hai mẹ con người lính ngồi im lặng dưới ánh trăng bàng bạc, thỉnh thoảng có tiếng nấc nhẹ...

- Mạ, theo con vô Sài Gòn nghe?

- Không, tau ở đây còn coi đất, coi cát, buôn bán kiếm ăn qua ngày được rồi...

Yên lặng chĩu xuống, dưới sông tiếng sóng nhỏ, con nước chảy thì thầm. Hai mẹ con Em ngồi im lặng suốt cùng đêm.

Để lại Đại Đội 93 tại vị trí đóng quân, tiểu đoàn kéo ra lại quận lỵ Quảng Điền, ngoài tên hiệu hành chánh này, quận còn có một tên thật độc đáo - Sịa - Tên vô nghĩa nhưng hóm hỉnh và mộc mạc. Dân tộc tính, nếu có thì chính những chữ vô nghĩa này. Tôi là kẻ sinh quán từ miền Trung, nhưng một thứ miền Trung vong ân, phế bỏ quê hương từ thuở lâu lắm. Lẽ tất nhiên, trong tận cùng ao ước, tôi chẳng bao giờ nghĩ đến lúc phải trở về trên mảnh đất nghèo hèn này, nhưng chiến dịch đã dun dủi tôi trở về. Và tôi đã trở lại để thấy rõ sức mạnh tiềm tàng nhưng vĩ đại của tổ tiên, một giòng họ *"Phan"* nghèo khó theo chúa Nguyễn vào Nam, khởi đi từ những thôn xóm tận cùng miền Nghệ An, Hà Tĩnh..

Chúng tôi đã xa nhà từ lúc trời còn tiết hạ, đến bây giờ nỗi chịu đựng đã lên đến tột đỉnh, mệt mỏi rã rời cộng thêm giá rét miền Trung, người mềm đi như bóng cò trắng đứng chơ vơ trên đồng vắng. Nhưng độc hại nhất là cảnh khổ phải chứng kiến; những khổ cực lì lợm nặng nề đè lên người dân, khiến họ còm cõi lặng lờ như ngọn đèn sắp tắt. Chiến tranh đã phá nát khắp cả quê hương miền Nam, nhưng vườn cây Kiến Hòa, ruộng ở Long An dẫu tang hoang, rừng dừa Bình Định dù có bị đạn bom tàn phá vẫn giữ được sức màu mỡ tiềm tàng từ mạch đất tươi tốt, trong thân cây dừa căng cứng nhựa...

Nhưng ở đây, miền đất hẹp từ Quảng Trị vào Thừa Thiên, chiến tranh đồng nghĩa với phá vỡ tận gốc rễ. Nhìn một căn nhà ở vùng An Phú Đông bị sụp đổ, ta có ý nghĩ gia chủ sẽ cất một chiếc nhà mới ngay sau khi dứt tiếng súng do thiên nhiên tràn đầy sung mãn, miền Nam luôn luôn cháy sáng hy vọng cho người... Nhưng ở đây qua La Vân, Niêm Phò, những làng nhỏ bên sông Bồ nhìn ra phá Tam Giang, những ngôi nhà sụp đổ là dấu hiệu tàn tạ của toàn thế hệ, dòng sống. Những nếp nhà thật xưa, trang nghiêm, kín đáo ba gian hai chái, thấp xuống như tan cùng bóng mát của cây đào trồng đằng trước, nền gạch mát rượi, lòng nhà tối tăm, hơi lạnh từ hàng cột, bờ tường rêu phủ xanh xao bốc lên... Trước nhà có non bộ, sau non bộ là bình phong, hàng rào gạch trên có gắn miếng chai ngũ sắc, cổng với mái ngói, hàng câu đối nét chữ trang trọng.

Suốt trên dãy quê hương này ông cha chúng tôi dựng nên những nếp nhà như vậy, để đánh dấu sự kiêu hãnh thầm kín muốn tồn tại trong một thế giới khô cằn nghèo khổ. Cách tồn tại lặng lẽ nhưng đài các hệt câu hò tình tứ bay bổng lên nền trời từ một khoang đò lững thững. Tôi biết rõ niềm kiêu hãnh trong lòng tổ tiên, những người nông phu đã rời bỏ quê hương đi về Nam. Họ đến đây sau khi đã đi hết đoạn đường dài cát bụi của hai xứ Quảng Bình, Quảng Trị. Họ đến đây và bị chặn lối bởi Hải Vân Sơn nên dừng lại, dừng lại để xây dựng một quê hương mới, một kinh đô, để biến mình thành lớp dân kinh kỳ, người kẻ chợ. Những tổ tiên đó đã chứng tỏ sức mạnh sáng tạo trên nơi chốn nghèo hèn bằng một lối sống đầy nghi lễ và kiểu cách.

Nhưng trái bom đã rơi xuống trên mộ phần tổ tiên, đã phá vỡ hàng rào quan liêu đài các của những ngôi từ đường, những phủ, những dinh, đã cuốn trôi hết thảy dấu vết của những người muốn giữ gìn sau một đời dài phấn đấu. Tôi đi qua quê hương này để thấy rõ niềm ao ước của người xưa bị cắt đứt, viên gạch tảng vôi của những cổ mộ vùng Mậu Tài, Đồng Xuyên nổ tung dưới bom đạn trông xót xa như da thịt của người xưa. Tôi, một kẻ nhỏ trở về để nhận lãnh hân hạnh thảm hại - Chứng kiến phút giây sụp đổ của tiền nhân. Nhưng cũng trong những lúc này, những lúc vỡ nát toàn diện quê cha, tôi cũng được nhìn tận mặt sức phản kháng im lặng nhưng quyết liệt đối với định mệnh của một lớp người dù trong cuối đáy khổ cực, vẫn tin tưởng sắc son đến từng bụi cây, khóm cỏ...

Một ngày dẫn quân đi dọc bờ sông, đến làng Lương Cổ, làng vắng nhưng sao quãng đường này sạch sẽ in dấu chổi vừa quét. Có tiếng động, một cụ già tóc bạc phơ, áo quần rách vá chằng chịt, từ một bụi rậm đi ra... Bà cụ làm gì vậy? - Thứ giọng trung pha bắc lẫn nam của tôi không làm bà cụ hiểu được, phải gọi thằng Thiên tới, anh *"lạc đà"* người Huế của tôi.

- *"Mệ"* làm chi rứa mệ?

- *"Mệ"* quét đường con...

- Mệ ở một chắc răng mệ?

- Có *"ôn"* ở trong nhà nữa con.

Hai vợ chồng già, già lắm, trong cảnh làng hoang vắng đổ vỡ, vẫn cố gắng quét sạch đoạn đường làng trước mặt nhà, cỏ dại lá tre được un về hai mép đường khéo léo và gọn ghẽ. Con đường đất vàng tươi phủ lớp bụi phơn phớt lượn vòng vèo theo bờ sông dài đến trăm thước, thế nhưng, bà cụ trên bảy mươi tuổi, yếu đuối, lưng còng, do thói quen muốn chỗ ở luôn luôn được sạch, đã cố gắng quét dọn tươm tất. Tôi đi vào căn nhà phía trái con đường, ông lão chồng bà cụ đang lom khom trên mảnh vườn nhỏ, hoa thược dược nở từng đóa thật lớn, đỏ tươi chen lẫn với những chậu cúc vàng...

- Mấy cậu bắn răng sập cái nhà của tui lại rồi!

Lời trách cứ nhẹ nhàng làm lòng tôi trùng xuống. Một quả đạn 105 ly đã rơi trong khu vườn làm sụp một mái nhà...

- Bị bắn lâu chưa ông?

- Đại bác trong quận bắn ra tối hôm qua đó cháu...

Viên đạn phá sập tường nhà tối hôm qua, nhưng sáng hôm nay những viên gạch vỡ đã được xếp gọn ghẽ ở góc tường.

- Bữa nào yên, ông đi Huế mua xi-măng về xây lại đi ông già. Người lính đề nghị với một vẻ cười cợt...

- Cha, tui xây mấy lần rồi đó. Cứ làm xong là bị bắn sập. Nhưng lạy ôn bà, vợ chồng tôi khôn có chi cả là mờn rồi!

Ông lão dung dị nói về tai ương phải gắng chịu. Tôi không biết trong thân thể già nua đó, sức mạnh nào đã giúp ông qua được đời sống lửa đạn để hằng ngày tỉa lại nụ cúc vàng rực rỡ...

- Sao ông không về Huế mà ở?

- Tui già rồi, ba bốn trận giặc trước còn sống được thì lúc này có chi đi nữa tui cũng phải ở lại để coi nhà cửa đất cát.

Ôi, nhà cửa đất cát... Người già đã xây dựng từ một tuổi thanh xuân nay chúng tôi đi phá vỡ. Tình yêu đất đó, họa chăng chỉ có người Trung Hoa mới có thể so sánh được. Phải chăng đó cũng là sức mạnh nền tảng của Dân Tộc Việt Nam.

Đóng quân ở Quảng Điền, lính vui vẻ vì thấy người, được uống cà phê, nước đá. Riêng tôi đã quá đủ, đủ quá nên chỉ xin một thế giới thật vắng vẻ, thế giới yên lặng không bị đánh thức bởi tiếng nổ. Hãy cho tôi dòng sông không pha máu người, không in bóng giáo đường bị cháy... Hãy cho tôi ngủ bình yên bên con sông mùa xuân tuổi nhỏ...

Sông Cẩm Lệ, chảy từ Phong Lệ qua Miếu Bông ra sông Hàn, chỗ gần núi Non Nước, Đà Nẵng. Nơi đó, giòng sông mênh mông đầy cát nhỏ, tôi nằm dưới giàng lưới cá, nước dưới lưng lạnh ngắt và thân thể ở trên hong nắng, một thứ nắng thật mới của ngày mồng hai Tết. Cho tôi nằm lại trên dòng sông thơ ấu đó để quên những đầm Thủy Tú, sông Bồ, phá Tam Giang, xin cho tôi quên dấu chân đứa bé sáu tuổi in trên nền cát, chạy luống cuống trong hấp tấp sợ hãi vì tiếng súng, xin cho quên người mẹ bị đánh thức trong nửa đêm để gặp lại đứa con sau bốn năm xa cách, nay mặc áo rằn ri của lính Nhảy dù. Đứa con thơ dại năm xưa nay cằn cỗi như một thứ tù binh khốn nạn với những vết nhăn gian lao, người mẹ do không nhìn ra nên đã ngồi xuống chắp tay van lạy xin tha tội!!!

Ôi cái tội khốn khổ vì đã làm người dân trong thời lửa đạn. Cho tôi quên Quảng Điền, buổi sáng bảy giờ, người đàn ông vác vợ trên lưng, tay bế đứa con gái hai tháng, đứa lớn bốn tuổi lẽo đẽo theo sau... Người đàn ông tiến vào văn phòng quận vì tối qua vợ bị lạc đạn gãy chân. Đứa con nhỏ hai tháng được bố đặt sát vào ngực mẹ, cố tìm trên hai đầu vú thâm tím một giọt sữa trong khi người mẹ thiếp mê vì cơn đau, một ống chân bị đạn bắn vỡ vẫn cố đưa bàn tay trong hành động vô thức, ép chiếc đầu con vào núm vú héo hắt!!!

Thôi đủ quá rồi. Đóng quân ở đâu cũng chỉ có thế thôi... Hãy cho về ngủ quên trên thôn xóm bình yên không nghe tiếng súng, dân quê đừng chắp tay van lạy mỗi lần chúng tôi xét hỏi, người đàn ông xin đừng van vỉ than khóc khi thấy vợ mê đi trong cơn đau đớn, đứa bé chợt rú lên vì sữa mẹ cạn nguồn... Máu của mẹ đã chảy rồi đâu còn có sữa cho con. Quê hương của tôi ơi... Quảng Điền, Phong Điền, Phú Thứ, Hương Thủy, Đồng Xuyên, Mỹ Xá...

Thôi đã quá đủ. Tôi đâu ngờ có một quê hương tang tóc như thế này hở trời! Muốn kết cỏ ngậm vành, muốn cắn răng vào đất, muốn nhỏ máu xuống dòng sông. Đau xót lắm, tôi đang chứng kiến quê hương tàn phá bằng tuổi trẻ của tôi.

Quá đủ rồi những ngày Huế - Thừa Thiên.

Tháng 10 năm 1967

Quảng Điền, Thừa Thiên

Những Tàn Phá
Thỏa Thuê

Chúng tôi đến Huế từ Tháng 9, trời còn nóng như đang mùa hè. Đóng quân ở thôn Nguyệt Biều bên cạnh sông Hương trông sang chùa Linh Mụ. Bao nhiêu lâu tôi không về lại Huế, từ một tuổi nhỏ bỏ đi xa nay trở về như khách lạ. Làng thật đẹp, cây im mát, con đường đất nhỏ dẫn xuống một bờ sông nước trong ngăn ngắt, tôi căng chiếc võng ngủ dưới tàn cây, đêm xanh xao ánh trăng, cô gái da trắng mát tự nhiên chao đôi thùng trên giòng nước long lanh... Bên kia sông, chùa Linh Mụ đổ hồi chuông, âm thanh trôi chảy trên sóng nước. Và sâu đêm khuya, sóng vỗ tiếng nhỏ, khe khẽ lách tách đập vào bờ nghe như sông đang thở... Tôi tưởng ra một thiên nhiên đang thở dài im lặng. Trong những đêm khuya đẹp đẽ này, tôi thường mượn một chiếc thuyền, chỉ đủ cho một người ngồi bơi lang thang trên dòng sông để hiểu tại sao người Huế tạo ra những điệu hò buồn bã như một hơi thở tàn...

Thuở xưa tôi có thằng bạn, Phan Duy Nhân, loại người hừng hực tranh đấu, nhưng trong những ngày lầm than ở căn gác nhỏ cầu Bạch Hổ đã viết những câu thơ ướt đẫm tình cảm, cũng như Đồng đã làm tập *"Sóng vỗ chân cầu".* Bỏ đi những ý tưởng siêu hình, tiếng vỗ của dòng sông trong đêm đã nẩy ra những ý thơ tỏ tình với thiên nhiên... Có phải không chúng mày?

Chúng tôi thay đổi chỗ đóng quân chung quanh thành phố Huế, tình hình địch nhẹ nên chỉ hành quân lục soát sáng đi chiều về. Thời giờ nhàn rỗi đủ để tập họp nhau phá nát người bằng những cơn say ngây ngất. Tiểu đoàn chúng tôi ra đây với Tiểu Đoàn 7 Nhảy Dù: Lô, Lạc ở đấy họp với phe chúng tôi làm thành một lũ quỉ đủ khả năng vượt quá biên giới hỗn loạn. Tụi chúng nó phần đông là người Huế, nhưng trên chuyến trở về quê hương này tất cả hình như thấy lạ... Tôi hỏi Lạc:

- Mày ở đây từ bé đến lớn sao không có người quen?

- Người quen cỡ tuổi tao đi hết rồi... Ở Huế chỉ có hai nghề: Đi học và đi dạy, muốn làm nghề khác thì vào Nam.

Hình như cái cảm giác xa lạ này đã gây cho chúng tôi phản ứng của những kẻ không quê hương, không trách nhiệm với phần đất đã nuôi dưỡng lớn lên. Cơn say như dấu hiệu một rời bỏ đành đoạn, cách phá vỡ hung bạo che dấu nỗi thất vọng không tên. Sau mỗi chuyến hành quân, chúng tôi họp nhau tại khoang đò, chai rượu, đêm vắng và mặt nước sông chông chênh, cơn say xảy đến đồng thời với cơn đùa cợt nặng trĩu dục tình được thả lỏng. Chúng tôi hả hê tàn phá trong oi ả nồng nực.

Vào những ngày cuối tháng chín, đóng quân ở lăng ông Ngô Đình Cẩn, thật là một tham vọng tội nghiệp của trí óc non yếu, ông ta cố bắt chước cách vĩ đại của lăng tẩm vua chúa nhà Nguyễn, xây phần mộ mình theo kích thước của những vị vua. Nhưng lối bắt chước nghèo hèn, kiến trúc được xây dựng bằng vật liệu tân thời lại muốn có vẻ xưa cũ cổ kính, sự hòa hợp không có, nên trở thành tủn mủn, vụn vặt, quê mùa, kệch cỡm như một lão nông phu diện âu phục.

Những ngày này tôi còn có dịp để xem Khiêm Lăng, mộ vua Tự Đức, người ta bảo đấy là lăng đẹp nhất nhưng cũng không gây cho tôi một ấn tượng nào, tất cả đều có vẻ nhỏ nhoi tầm thường. Điều này dậy nên trong tôi cảm giác ngậm ngùi vì chứng kiến tính chất càng hạn hẹp của kiếp người, dù là vua chúa. Tôi thấy càng rõ cảm giác này khi vào lăng Khải Định, thấy hai bà phi bị tiến cung từ thuở bé, rồi theo cái chết của vị vua sống trong lăng này gần bốn mươi năm, bây giờ, tuy hai bà đã già nhưng giọng nói còn trong trẻo. Phải chăng họ vẫn đồng trinh? Tôi nghĩ đến đời sống của một ông vua không lấy gì vĩ đại lắm và các đời sống tầm gửi khác vây quanh. Khi vào chỗ bệ thờ vua Khải Định thấy cái hộp plastic đựng xà phòng. Quả đã xa hẳn với quá khứ của quê hương...

Đầu tháng 10, theo Quốc Lộ 1 ra Đông Hà, thị trấn cực bắc của miền Nam đầy lính và chiến tranh. Thành phố không người mặc áo quần màu, người dân ở đây sống trong không khí đặc biệt của tiền đồn nên hòa vào cùng tập thể lính. Chúng tôi chia thức ăn trên Quốc Lộ 1, trái hỏa tiễn 122 ly từ bên bờ Bến Hải bắn qua, hai lính chết, bốn bị thương, một nhà dân sụp, đồ đạc bị bắn tung tóe. Nửa giờ sau bình thường trở lại, bà chủ quán lặng lẽ thu dọn đống gạch vụn, một vài người đi qua liếc nhìn chỗ đổ vỡ... Tụi nó lại bắn nữa!

Tôi nhìn cột cây cây số, Đồng Hới 16... Con số chót bị đạn phá vỡ đọc không được, thấy miền Bắc thật gần nhưng cũng rất xa. Nhìn ra phía Trung Lương, Gio Linh, phản lực Mỹ luôn luôn thường trực, bên kia bờ Bến Hải, từng cuộn khói bốc lên mù mịt. Lần đầu tiên tôi có cảm giác đánh trận giặc có chiến tuyến, cảm giác gây nên nỗi bình yên vì khỏi lo đạp mìn, chông. Giặc du kích đáng sợ vì kẻ thù dấu mặt, chết xảy đến không biết nguyên do.

Chúng tôi theo sông Đồng Hà ra Cửa Việt, chiến dịch được mở dài hạn, ba tiểu đoàn Nhảy dù có nhiệm vụ lập những đầu cầu và bảo vệ an ninh để các toán công binh lập cứ điểm phòng thủ hệ thống hàng rào McNamara, tiểu đoàn tôi lục soát từ Cửa Việt đến lằn ranh phía nam khu Phi Quân Sự dọc sông Bến Hải chia đôi hai miền Nam-Bắc, bảo vệ cạnh sườn tiểu đoàn bạn.

Chín giờ sáng, tàu nhổ neo rời Đông Hà, trời mù, mưa giăng kín mặt sông, hai bên bờ nước tràn mênh mông, rừng cây dương thấp thoáng qua màn sương. Hai bên bờ đồn nhỏ nằm rải rác bảo vệ thủy đạo, lính Mỹ đứng ở bờ thấy chúng tôi đi qua, la lối ầm ỉ, hình như Hải quân cho để tóc dài, nên anh nào anh nấy râu tóc bờm xờm vàng rực. Người lính thú ở miền xa nào trông cũng tội nghiệp như nhau. Tiếng gọi của họ vang xa trên mặt sông, nghe buồn buồn như một nỗi tuyệt vọng, chiếc thuyền chạy miết, bóng người lính viễn chinh chìm dần trong màn mưa.

- Mày trông tụi nó có *"tay tổ"* không? Mễ, Đại

Đội Trưởng 91, tay đánh giặc sắc nét nhất trong bọn hỏi tôi.

- Tay tổ cái gì?

- Tụi con gái chèo đò đó.

Chết thật! Chị em ta đã ra đến vùng phi quân sự kiếm ăn! Miền Trung từ Huế trở ra coi như là đất kín đáo, gái điếm ở Huế sống lén lút chui rúc, cả thành phố có đâu khoảng mười ổ điếm, không kể các khoang đò. Tỷ lệ đó so ra quá ít với Sài Gòn hay bất cứ một tỉnh nào khác. Nhưng ở đây là Đông Hà, thành phố của lửa đạn cỡ lớn, súng tay chỉ là trò chơi, thành phố không một chiếc giường nổi khỏi mặt đất, thế nhưng gái điếm lại đông đúc và sinh hoạt hung hãn hơn bất cứ chỗ nào. Chị em hành nghề với một chiếc thuyền có mui đậu giữa lòng sông làm phòng ngủ lưu động, dùng chiếc thuyền con hai người chèo, cô nàng tiến sát hàng rào phòng thủ của Mỹ... Người chị em toác mồm gọi... Ô kê! Và hiện thực hơn, trình bày một ít vốn trời cho khiêu khích - Áo bà ba chỉ cần tuột ba khuy hoặc vén thân áo ở bụng lên, có người thực tế hơn nữa chỉ vào...

Đi dọc theo con sông chúng tôi chứng kiến được cảnh *"liên hiệp"* giữa hai quốc gia thật chặt chẽ. Những người con gái của tỉnh địa đầu lăn xả vào đám lính trẻ ngoại quốc như nhập vào cơn điên. Có gì đâu phải ngần ngại? Chiến tranh đó, sự chết, trại định cư chập hẹp dơ dáy, một ngày mười hai đồng ăn cái gì? Gạo không có, thôi cái vốn trời cho này hưởng thụ cho hết, lợi dụng cho đủ, miền đất này chỉ có đá và cát, nghề biển không được, thì thắc mắc làm gì, hãy kiếm sống vì sống là vấn đề lớn. Cần gì phải được giải Nobel văn học rồi tuyên bố *"Tự tử mới là vấn đề"*... Sống ở đây còn khó hơn được tự tử!

Tàu đến Cửa Việt lúc bốn giờ chiều, trời mưa, cảnh vật u tối, tôi bước chân xuống biển, lòng nao nao xúc động. Lâu rồi không về với biển, biển luôn luôn là quyến rũ mới mẻ, đặt chân xuống bờ cát ướt, tưởng như thấy một tuổi trẻ mười sáu ở đâu đây. Nhưng lòng đâu còn trong sáng như những buổi chiều Đà Nẵng ngày xưa, bây giờ là nỗi phiền hư hại như tiếng cười nồng nặc dục tình của đứa con gái trên khoang đò. Nhìn sang bờ phía bắc, bờ biển lượn một hình cong đẹp đẽ; thật lạ, từ Cửa Việt chạy đến đèo Hải Vân bờ biển thẳng tắp như có một bàn tay người cắt xén, ở đây trở ra bãi cát chuyển hình cánh cung.

Trong mù mờ của buổi chiều bờ biển phía bắc tối hẳn lại, ở đâu Đồng Hới, đâu là Cửa Tùng? Nhớ lại câu thơ:

Thấy mênh mông Cửa Việt Cửa Tùng...

Đứng ở bờ Cửa Việt hôm nay, người tôi vỡ tan do xúc động ngây ngất... Quê hương miền Bắc đó, có ai đứng bên đó nhìn về bên này chăng? Chắc rằng trong tận cùng tâm hồn Việt Nam, ai đi đến nơi đây lại không có cách xúc động này. Đây cũng là niềm tin để sau chiến tranh xây dựng lại quê hương. Mong thế. Tin thế.

Hai giờ sáng, khởi hành từ Cửa Việt tiến quân lên phía Bắc, đi dọc theo bờ biển. Mục tiêu là những làng nhỏ nằm sát lằn ranh khu phi quân sự. Đoàn quân di chuyển bằng xe M'Track của Hải quân Mỹ, tương tự như M.113 nhưng dầy và nặng nề hơn, dùng để lội nước hơn để đi trên đất. Đoàn xe chạy theo hàng dọc, không đèn, mọi người tắt lửa, cuộc chuyển quân phải thực hiện trong đêm để tránh pháo binh và hỏa tiễn địch.

Xe tiến chậm rãi, trăng non vừa mọc, ánh sáng

bàng bạc soi xuống mặt bể chuyển động lóng lánh những lượn sóng bạc đầu, mưa giăng bụi mờ chân trời. Chưa có một chuyến đi nào hào hùng bằng, sóng biển đánh vào thành xe bọt tung lên ướt đẫm thân thể. Giờ này mới hiểu rõ niềm cô đơn của người lính biển. Quân đi như trong giấc mơ. Cũng hiểu được tại sao thuở nhỏ tôi vẫn thích Chinh Phụ Ngâm hơn Kiều; Kiều trang trọng, kiểu cách và có vẻ *"Tàu"* quá. Chinh Phụ Ngâm mới là tiếng than dài...

Hơi nước lạnh người rầu mặt rạn

Giòng nước sâu ngựa nản chân bon...

Tôi yêu những câu thơ này từ năm còn học đệ ngũ, lên đệ tam, linh hồn mở ra thêm hoài những chuyến đi xa. Những câu thơ này dành cho tôi. Đã linh cảm từ những năm trẻ nhỏ đó... Năm tháng sau này sẽ là những ngày dài trôi nổi. Đi lính có nghĩa chấp nhận chuyến đi xa. Bây giờ thấy rõ ấy là sự thật. Quả tình tôi không thể làm được chuyện gì lớn trong đời, tất cả mọi chuyện hình như không thể nào quan trọng với tôi. Lớp đệ ngũ, trường Phan Chu Trinh Đà Nẵng, thầy Quế hỏi:

- Theo em nghề gì tự do và thoải mái hơn hết?

- Thưa thầy, đấm bóp!

Lẽ tất nhiên tôi nói đùa để các bạn học cười, bao nhiêu lâu chỉ xuất sắc được ở môn nói láo và khôi hài, hai qúy tính này lẽ tất nhiên không giúp cho tên học trò khá hơn. Ngồi trong lớp tôi rình rập, đợi chờ, chuẩn bị câu khôi hài để cả lớp cười ồ theo. Ai làm tôi trở nên vậy? Bố mẹ tôi vốn nghiêm chỉnh, giống chăng một ông cậu ở tính *"tiếu lâm vặt"*. Khi trả lời với thầy Quế như vậy, tuy chỉ là câu đùa nhưng tôi biết mình đã rất nhiều thành thực. Biết làm sao được vì tôi khoái cái anh đấm bóp cầm đèn xanh và chùm kim khí chỉ xuất hiện sau khi đèn đường đã thắp sáng. Và tôi nhớ kỹ thầy Quế đã phán một câu: *"Rồi suốt đời, anh sẽ không làm được gì hết"*. Đúng quá, tôi chẳng thích làm lớn một tí nào hết, đời bắt làm sĩ quan, chỉ huy lính đánh giặc thì tôi làm, nhưng nghĩ cho cùng tôi chỉ muốn làm một tên lang thang.

Chuyến đi này hợp ý quá, năm giờ sáng đến mục tiêu cuối cùng, bố trí cấm lửa, hạn chế vô tuyến, địch đang dò chừng chúng tôi... Nằm trên bờ cát nhìn ra biển, hút điếu thuốc thấy thú vị vô cùng, chiến tranh và trái hỏa tiễn thù hận được quên đi. Trời tối, ở yên tại vị trí, mọi cuộc di chuyển đều cấm ngặt, nhìn sang bờ bắc trời vẫn còn mù nhưng có thể phân biệt vài căn nhà, quê hương đó xa cách như không bao giờ đi đến. Phía bên trái chúng tôi Tiểu Đoàn 6 bắt đầu tiến lên các đụn cát, bóng đen những người lính vừa xuất hiện trên Đồi 24, đạn đại bác từ bờ bên kia rơi chính xác ngay đỉnh đồi... Những người lính Tiểu Đoàn 6 đào vội hố cá nhân, cử động của họ hấp tấp, vội vàng dưới làn mưa đạn, trông tội nghiệp như những con thú bị đuổi. Đồng thời có giọng nói Mễ trong máy, bây giờ nó đã vượt lằn ranh khu phi quân sự... *"Trình đích thân Mê Linh tôi bị.."*. *"Sếp"* bấm chặt combiné, im lặng. Mễ biết ý, đổi giọng: *"Trình đích thân nó ném đá, nhưng trước mặt tôi hai thước"*.

Chắc chắn rằng Việt cộng theo dõi được đàm thoại nên từ giờ phút ấy đạn cứ rơi đằng sau chúng tôi hằng hai cây số! Đoàn xe chở chúng tôi trên đường trở về bị đạn chạy lung tung, một vài anh tài xế đại dột cho xe chạy ra gần bờ biển trống trải, Cộng quân trông thấy điều chỉnh đạn rơi tới tấp. Tiếng đạn rít qua đầu nghe tai quái, nhưng yên chí, địch không biết chúng tôi ở đây. Phản lực từ Đà Nẵng bay ra không đầy năm phút sau, chiếc thứ nhất trút xuống, ba chiếc kia lượn vòng; thay nhau trút bom xuống phần đất phi quân sự ở bờ phía bắc, lợi dụng cơ hội, Tiểu Đoàn 6 gọi trực thăng tải thương, M'Track lình kình chạy về Cửa Việt.

Chỉ có việc nằm im trong rừng thông, máy truyền tin được lệnh hạn chế đến mức tối đa, lần đầu tiên tôi cảm thấy bình an, vì trận địa đã chia thành chiến tuyến rõ rệt, không cảm giác bị rình rập sau lưng. Đến chiều, lợi dụng lúc Hải pháo từ hạm đội số 7 bắn lên, chúng tôi hối hả nấu cơm, xong len lỏi trong rừng dương liễu rút quân về lại phía Nam.

Chiều mùa đông xuống thật nhanh, được lệnh đóng quân, nằm ngủ ngay trên cát bên cạnh hố. Suốt ngày đi dọc bờ biển, đêm ngủ dưới rặng phi lao, tôi nhớ những ngày mùa hè mới lớn... Suốt ngày lang thang trên bãi, đêm ngủ bờ cát, đốt đèn đi bắt ghẹ, loại cua nhỏ và dẹp, dưới ánh đèn khí đá con ghẹ chạy bay biến trên nền cát ướt, Tuấn cầm đèn, Hải kéo chiếc thùng, tôi đâm lao, số ghẹ bắt được luộc ngay ở bờ biển khi đêm khuya đang ngã về sáng, sao hiệp sĩ hiện rõ ở nền trời. Khuya này, tôi cũng ở trên bờ biển, nhưng đã là một lính già, thèm được thấy ánh lửa trại đội trưởng của Thiếu sinh Hướng Đạo miền Trung... Quê hương, tuổi nhỏ, thời ấu thơ đã xa mất rồi.

Gần sáng, cả tiểu đoàn thức hẳn dậy... B52! Ở hậu cứ mỗi khi nghe radio phần tin tức buổi sáng: *Vào bình minh hôm nay, B52 đã dội bom xuống vùng phi quân sự...* Không một ai chú ý, xem chỉ là mẩu tin nhỏ. Nhưng đến sáng hôm nay, chúng tôi mới thấy được tầm quan trọng cũng như cường độ công phá của trận oanh tạc. Nơi dội bom cách khoảng chúng tôi bốn cây số, mỗi lần bom nổ, người đang nằm dưới đất bị bắn tung lên, người nằm trên võng bị ném xuống, những cột lửa lóe lên đỏ rực như ánh đèn xì để gần mặt.

Tôi chưa thể hình dung được sức nổ của bom nguyên tử, nhưng bom B52 ở đây đã vượt qua ý niệm tàn phá. Đất rung chuyển như nứt nẻ, lồng ngực bị nén hẳn lại, bom không nổ từng tiếng, nhưng từng giây, từng chuỗi kéo dài ra như âm dội của ngàn thác lớn, gây nên cảm giác đất đang vỡ vụn nhỏ. Chúng tôi ở xa nơi ném bom còn thấy nghẹt thở, không hiểu những người lính miền Bắc ở chỗ bị ném bom sẽ ra sao? Bom đạn đâu có phân biệt được người Cộng sản hay không, giáo điều của Bác và Đảng làm sao giúp người lính Bắc Việt có thể sống, hoặc bình thường nếu được sống sót dưới trận mưa bom và nếu quả thật có một người Cộng sản nào đó không sợ hãi dưới tiếng nổ xé vỡ vũ trụ kia, thì kẻ đó hẳn không còn tính người, đấy chỉ là một loại xác chết được đẩy vào chiến trận.

Và như thế, chiến tranh này chỉ có giữa những người máy với nhau, một thứ từ phương trời thật xa đến, không nhìn, không nghe, không thấy mục tiêu, địa điểm đánh bom được đánh dấu bằng ra-đa, bấm nút bom rơi xong bay trở về; chắc rằng nhiều phi công B52 chưa hề thấy một người Việt Nam. Và một loại người máy khác, lòng đầy thù hận, không tim, không óc, không tình thương, không sợ hãi lăn vào cái chết - Nào có được vinh quang gì những cái chết được xem như chủ đích của đời sống. Chúng tôi đúng là một kẻ ngoại cuộc, cô đơn trong chiến tranh.

Trở lại Huế, trời đã vào mùa đông, nhìn những chiếc áo trắng tươi mát đi học trên đường dọc dòng sông, thấy mình cằn cỗi như một thứ vũ khí bị sét.

Từ Nam Giao đi xe về Huế gặp lúc tan học, học trò từ Quốc Học và Đồng Khánh dồn ra reo vui trên đường phố. Chiếc xe nhà binh đi trong tiếng cười linh động trông như một nỗi buồn già...

- Xe nhà binh đẳng sau, tránh đi tụi mi!

Cô gái nhỏ báo hiệu cho bạn bè, chữ *"nhà binh"* nghe nặng nề như một lời trách cứ. Các em nào biết được lòng ta, một thứ lính tội nghiệp đang chống đỡ cho quê hương.

Lần đầu tiên tôi thấy sếp nổi giận thật tình, một người mặt lạnh, một gã Mộ Dung Phục tân thời, cao ngạo trầm tĩnh, nổi tiếng hách từ thuở còn quan một, quan hai, bây giờ cũng đùng đùng nổi giận, cũng cáu kỉnh ra phết... Từ trên xe bước xuống, sếp gầm gừ. Anh Ba *"Vẩu",* tiểu đoàn phó khẽ nói:

- Mẹ, lại có chuyện gì ghê lắm rồi...

- Dẹp bài.

Chúng tôi đang ngồi rút một canh xì còm đánh lai rai kiếm tiền về Sài Gòn tiêu. Hành quân vào ngày thứ bảy mươi hai, được lệnh về Sài Gòn, sếp đi họp để bàn chuyện triệt thoái. Nhưng bây giờ với điệu bộ hung hăng của sếp như vậy chắc chắn là có vụ gì vỡ mặt, nói theo ngôn ngữ anh Ba Phó. Sếp vào, mọi người im lặng, chưởng đầu tiên nhắm vào sĩ quan hành quân...

- Anh Đỉnh, lần sau tôi đi họp mọi người ở nhà trực máy cẩn thận, cái lũ truyền tin khốn nạn!

Anh Ba Đỉnh:

- Vâng.

Chưởng thứ hai hạ tiếp vào tôi:

- Tôi muốn anh điểm danh lại đại đội, ở ngoài

Huế lính của anh đang làm loạn... Tôi muốn (muốn gì nhiều quá cỡ) Đại úy tiểu đoàn phó thôi không đánh bài nữa!

- Vâng...

Anh Ba "vẫu" chưng hửng. Mễ thì thầm nói với Thừa:

- Chắc phải cày thêm nữa mày ơi.

Sếp đưa mắt một vòng hình như đã bớt cơn thịnh nộ, thấp giọng:

- Chưa được về Sài Gòn, ngày mai đi Darkto!

Đại úy Freund, cố vấn trưởng tiểu đoàn lân la tới:

- We will go to Darkto tomorrow, Sir?...

- "Tô" và chén cái con mẹ mày "phân" à! ("Phân": âm tự tên Freund).

Thừa trả lời, anh Mỹ ngây ngô toét miệng cười:

- OK!

Thế thì sống sao nổi, tưởng được về Sài Gòn ai ngờ lại đi Darkto, buổi họp bàn tính kế hoạch không vận ỉu xìu chẳng ra ngô khoai gì hết. Hết họp, sếp lúc này đã lắng xuống mới làm ra cái giọng thản nhiên.

- Các cậu về đừng cho lính biết...

Chúng tôi bước ra cửa kháo nhau... Quan biết còn đi không nổi nữa là lính...

Tôi đi về chỗ đóng quân đại đội, Lính đang biểu diễn một màn gọi là *"giã từ soong chén"*. Lính hay có những cái *"khỉ"* đáng yêu như vậy. Sau mỗi lần hành quân dài hạn đem chén bát ra đập vỡ bằng thích, soong chảo bị đầm nát hoặc đem tặng lại cho đồng bào, một thứ quà gởi lại em gái hậu phương cam đoan không một anh nhạc sĩ loại thủ dâm tinh thần lính có thể biết được để đưa vào nhạc cho các ông thợ hét *"anh tiền chiến"* rền rỉ. Gạo, cơm, mắm, muối, đồ ăn thức uống, còn bao nhiêu các anh chiến sĩ can trường đem tặng hết cho đồng bào, làm sao chỉ còn một túi ba-lô thật gọn, với vài bịch cơm sấy để mai lên tàu bay là được...

Mẹ kiếp, về Sài Gòn xuống tàu bay mà mang cái nồi đen sì thì đĩ nó cũng chê nữa... Ném! Hạ sĩ Em ném cái nồi xuống lưng đồi một cách hung hãn theo lời khuyên quí báu. Nhìn cảnh tàn phá, tôi phát hoảng... Kêu thường vụ tập họp đại đội lại! Đại đội đứng trước mặt, chưng hửng chờ đợi vì thấy tôi có vẻ nghiêm trang.

-Các anh không được cho thức ăn, không được phá đồ nấu ăn, có thể đợi máy bay ở phi trường hằng ba bốn ngày... Ai lỡ ném soong chảo phải đi tìm lại.

Lính xì xào bàn tán... Tôi đệm thêm một câu:

- Nhắc lại, vấn đề đợi ở phi trường là điều chắc chắn.

Bố khỉ, tôi nói láo cũng ra gì.

Chiếc tàu bay C-130 cất cánh khỏi phi trường Phú Bài, nhả những ống hơi điều hòa không khí, lấy bằng phi bay về hướng nam. Tôi đứng dậy từ đuôi máy bay nhìn đám lính ngồi kháo chuyện trước mặt, anh nào anh đó cũng có vẻ hí hởn, ba lô đầy cứng mè xửng với nón Huế.

- Chay me, tao cho con vợ cái nón Huế bây, vợ mừng.

Thạch Sen, xạ thủ súng cối đại đội người Cao Miên vui mừng.

- Anh em yên lặng, tôi có chuyện nói. - Cả tàu im phăng phắc hướng về tôi. Ngần ngại một thoáng ngắn... - Báo tin cho biết, tàu bay không về Sài Gòn, chúng ta đi Darkto. Tiểu đoàn phải hành quân ở Darkto trong mười lăm ngày nữa.

Một tiếng ồ thật lớn nổi lên, mọi khuôn mặt hóa thành đờ đẫn, xong thộn ra thiểu não không chịu nổi. Dương Phen nói với Thạch Sen:

- Đ.m.... Darkto ở đâu bây?

- Tao không biết!

Thạch Sen đấm một cái rách tung chiếc nón Huế.

- Trung úy nói giỡn chọc tụi em?

Một vài người lính đến bên tôi dò xét.

- Tao hết cách giỡn rồi sao, tao cũng rầu thấy mẹ...

Tên lạc đà của tôi ngồi một bên nói tiếp:

- Đi Darkto thật đó...

Những tên lính de lui, mặt dài ngoẵng.

Tôi đã xuống nhiều phi trường quân sự trong đời lính, nhưng không có phi trường nào tiêu điều buồn bã bằng phi trường Darkto chiều hôm đó. Hàng chữ xi-măng gắn trên cổng phi trường gãy đổ xiêu vẹo, chữ còn chữ mất trong càng thêm xơ xác. Đêm ở đây thật lạnh, lạnh rút vào trong xương, bao nhiêu áo quần mặc cũng không vừa, lạnh không phải từ ngoài thấm vào nhưng từ trong cơ thể thoát ra.

Chúng tôi rút vào câu lạc bộ Trung Đoàn 42 để uống cà phê, cà phê làm sao quên được nỗi buồn nản của cuộc hành quân kéo dài này, thôi thì rượu vậy, rượu không có thì bia. Trong quán ăn lính ngồi đầy nhóc, mặt mũi anh nào cũng chảy dài ra vì buồn... Hát đi tụi mày, vì sao không hát cho vui nhỉ?

- Có quái gì đâu phải cau có, hành quân thêm mười lăm ngày nữa có chết con ma nào đâu!

- Đúng, đúng!

Mượn hơi men, một vài anh cao hứng làm ra cái điều khẳng khái. Hát, một người đứng lên hát... À, Tám Lọ ở Đại Đội 72. Được, thằng này làm hề khá. Tiếp theo anh xạ thủ súng cối người Miên của tôi lên hát, thằng này có giọng tốt, bis, hát nữa đi Phen. Phen được uống chai bia, cao hứng làm tiếp ba bài, thiên hạ vỗ tay rào rào. Đến lượt quan ba Mê Linh làm một đường ngâm thơ *"Mòn mỏi"* nghe cũng tình tứ... Thế là văn nghệ tạp lục hay gấp vạn lần của anh Tùng Lâm, hấp dẫn không kém một đại bang nào. Đêm đã khuya, đoàn văn nghệ bất đắc dĩ cạn vốn, ngày mai còn phải vào núi, cơn say chưa đến và lạnh như dao cắt. Phiền buồn thật xót xa.

Hành quân, những ngọn đồi phía đông bắc quận Darkto, bên phải con đường chiến lược nối Darkto với Darkpec, bên trái Trung Đoàn 42, phía nam Nhảy dù Mỹ. Địch đang gây áp lực mạnh chung quanh quận lỵ này, mục tiêu là phi trường nằm thấp xuống như lòng chảo Điện Biên. Núi ở đây còn khó hơn ở Pleiku, cao chót vót trơn tuột, rừng già không dấu vết người. Đi sâu vào phía đông, xong lại rút ra đi dọc theo con đường lên Toumorrong. Địch không có, biệt khu 24 lại vẽ thêm mấy mục tiêu ở phía bắc, đi tiếp cũng không có một dấu vết gì. Thôi đóng quân trên mấy ngọn đồi cao xong tung quân lục soát, xếp quyết định.

Trong rừng bảy ngày rồi, thức ăn không có, đêm quá lạnh có người chịu không nổi phải đào hố đốt lửa thành than, lấp đất lên rồi căng võng trên đống lửa ngủ. Kể từ ngày ở Huế đến bây giờ là mười ngày cả tiểu đoàn ít có người nào xuống suối tắm. Rét đã làm da thịt săn lại, chẳng có ai can đảm nhúng vào nước. Tuần tiểu cấp trung đội, các đại đội trưởng được ở tại chỗ. Tôi bò lên đồi đóng quân của Mễ, nó có chai rượu whisky Nhật, mấy củ hành lá được mang ra, chai rượu uống đến giọt cuối cùng...

- Ngon mày ạ! Lần đầu tiên tao uống được whisky Nhật, cực quá!

- Gắng cực đi con, không đụng là tốt rồi...

- Có Việt cộng đâu?

- Mày không biết đấy, nó đánh với Mỹ tơi bời ở phía nam...

- Thế hả? Vậy thì về là vừa, tao nhớ thằng con quá...

Câu được câu mất, tôi nói với Mễ thì thầm trong choáng ngập buồn phiền.

Sau mười ngày trong núi, tiểu đoàn được lệnh rút ra Tân Cảnh, thị trấn nằm về phía nam của quận Darkto. Tám mươi hai ngày hành quân kể từ ngày rời Sài Gòn, mười ngày cuối cùng trong rừng không thấy mặt trời, tóc râu mọc lởm chởm trông như lũ ma. Thôi, trả nợ đời như thế này coi đã đủ, bây giờ thiết kế tính chuyện ăn chơi. Tiền ở đâu ra? Không còn một tên nào có được năm trăm trong túi. À, có ông địa mập, thiếu tá quận trưởng Darkto. Nhưng đứa nào dám lên ông ta xin rượu? Con đường Tân Cảnh-Darkto sáu cây số, hai cuộc phục kích xảy ra trong đoạn đường ngắn ngủi này đã giết chết một ông đại tá.

Gần đây, ngày hôm kia các trại định cư người Thượng ở phía trái con đường bị Việt cộng tấn công, bây giờ là tám giờ tối. Đứa nào dám đi? Cả bọn đều e ngại, nhưng cuối cùng cũng có bốn ông liều do tôi chỉ huy mượn chiếc xe của một thiếu úy khóa 22A ở đơn vị bộ binh Tân Cảnh. Chúng tôi lên xe, xe chạy như điên không để đèn, sáu cây số đi như một cơn mê. Ông quận trưởng, thiếu tá Biệt động quân *"ô kê"* cho chúng tôi rượu, rượu không có thế vào két bia và tí tiền còm. Xong cả bọn phi nhanh về Tân Cảnh, gái ở đây chỉ còn ở tổ quỉ độc nhất ngoài thị trấn...

Những phiền toái cực nhọc cho quên hết, da thịt được mở tung ra thoả thuê, thế giới này chỉ có lính, và lính đồng nghĩa với phung phá đến tột độ. Các em cũng chịu chơi ra gì, đóng cửa quán lại vui vẻ với các anh, một lần đầu và cũng là lần chót. Đêm thật lạnh, rượu ngấm vào và khuôn thước nào để gìn giữ sau tám mươi hai ngày hành quân. Say đi anh em, cơn dục tình vui vẻ như một tiếng reo vô tội. Khoái quá! Nuôi *"con"* hét lớn. Ừ vui thật, *"xong rồi anh em!!"* Nhảy dù có chữ *"xong"* mất dạy một cách đáng yêu. *"Xong rồi"*, thế là hết, nhưng cũng không xong tí nào, một cây sào luôn đẩy người đối thoại vào chỗ chới với. Xong rồi! Cứ xong mãi nhưng không bao giờ xong điều phiền muộn!

Đêm khuya, rượu hết, các em cũng phờ phạc trông đến chán, cả tụi kéo nhau về. Không hiểu do một thứ *"đào hoa vặt"* hay không? Tôi được một em níu kéo nài nỉ ở lại. Không ở lại cũng phí của trời ông ơi! Hiến *"chó xù"* đề nghị. Đấy, ông giữ cái súng XM 16, này lỡ đêm nay Việt cộng có tấn công còn đường tiến thủ, xong oanh liệt chết trên bụng em! Xong rồi! Ta sẽ ở lại. Tôi hùng dũng nhận lời. Ôi, ái tình lẻ cũng tạm được, em gái lại khóc mùi mẫn vì sợ chia ly! Tôi đâu ngờ được cảnh thê lương thế này. Em lại cho tôi tập thơ, thế là hết chỗ nói, thơ với ái tình đi kèm nhau là phải.

Đêm cao nguyên lạnh, nằm trên chiếc giường êm, em gái lại đẫy đà da thịt thừa thãi... Ba tháng hành quân, nằm đồi, ngủ núi được bù trừ một cách đầy đủ, em lại to con dai sức, bất chi lao. Sáu giờ sáng, nàng Kiều tiễn chân tôi ra bến xe Lam. Khi trèo lên cái dốc vào trại trung đoàn 42, tôi đi như muốn bò, vào đến nơi đơn vị đã lên xe để ra phi trường, tôi nặng nhọc trèo lên chiếc GMC ngủ thiếp đi lúc nào không hay.

Hôm nay là ngày 23 tháng Mười một: Hổ, Hiến, Dưỡng và Lộc được thăng chức Trung úy. Sếp gắn lon, Đại Đội 91 được lệnh lên tàu bay về trước, tiếp theo đến 92 và 93... Chiếc tàu bay chở Đại Đội 92 vừa ra đến phi đạo thì Việt cộng bắt đầu pháo kích. Quả thứ nhất rơi bên cạnh phi đạo, lính tỉnh bơ cười nói như không có gì, quả thứ hai và thứ ba trúng ngay cánh chiếc C-130 chở đầy lính Đại Đội 93... Phi cơ bốc lửa, Việt cộng pháo kích liên tiếp vì mục tiêu đã nhận rõ. Lính Đại Đội 93 chui từ trong máy bay ra lúc nhúc như chuột bị động ổ, lửa khói và tiếng nổ khắp bốn phía...

Sếp bị trúng đạn ngã xuống, Mễ chạy ra xốc nách đem xuống giao thông hào bên trái phi đạo, khu phi trường biến thành địa ngục, đạn chất sẵn để đưa lên máy bay chạm xăng bốc lửa nổ như sấm. Chạy, chỉ còn một cách là tránh khỏi khu phi trường... Bây giờ mới có thể hiểu được thảm cảnh của Điện Biên Phủ suốt hai tháng nằm dưới cơn mưa pháo 105 và cối 82 . Chúng tôi ở đây bị ba khẩu sơn pháo mà đã chới với rồi. Tôi dẫn đại đội chạy ra ngoài phi trường, mỗi thằng chỉ mang được một cây súng, đến cổng tôi tạt vào cái lô cốt để ngồi nghỉ, nhìn xem quân ta tịch thu *"chiến lợi phẩm"* do lính Mỹ trong lúc hốt hoảng vất tung tóe. Cám ơn Việt cộng và cám ơn lính Mỹ!

Giao lại Darkto cho chiến đoàn 3 Nhảy dù, gồm tiểu đoàn 2 và 3 Nhảy dù. Chiến trường bắt đầu sôi động, các anh ở lại để chứng tỏ can trường của người lính Nhảy dù Việt Nam, và các anh đã thực hiện được khi treo quốc kỳ và chiếc nón đỏ trên ngọn đỉnh Ngok-Wank.

Chúng tôi triệt thoái về Kontum vì phi trường Darkto không thể sử dụng được, trên đoạn đường đầy bụi đỏ này tôi được chứng kiến thêm một *"nét son"* của chị em ta. Đường đầy lính Mỹ và chiến xa tuần tiểu an ninh lộ trình và một lô xe Lambretta ba bánh. Để làm gì? Một xe có từ bốn đến tám chị em, áo quần mặc đến mức tối thiểu, một ít nước ngọt hoặc la-ve, tên tài xế kiêm nghề ma-cô.

Đại khái, một chị em tay cầm chai cô-ca, cặp một chiếc poncho đến sát chiếc M.113 trên xe hai anh Mỹ con mặt mũi non choẹt, đất đỏ bám vàng cháy. Anh Mỹ con gật đầu, em bé đặt cái chai vào giữa rãnh bộ ngực, anh chàng cúi xuống nắm cái cổ chai, đi một đường sờ soạng, con bé cười hinh hích... Cái chai tuột xuống bụng dưới. OK cứ loạn cả lên, chẳng biết ai hỏi ai trả lời. Chai cô-ca được kéo ra từ đũng quần con bé.

Mệt rồi, cậu Mỹ mở chai nước uống một ngụm, tay cặp khẩu súng, tay kia dìu em đi vào cánh rừng xanh!... I get short time! Nó nói với thằng trên xe. Thằng nhỏ trên này gật đầu. Có một đoàn công-voa Mỹ đi ngược chiều, xe chúng tôi bị kẹt lại nên trông thấy được màn ciné cochon hấp dẫn. Lính trên xe la như giặc: Dô! Dô!... Number One! Đoạn đường mòn lại đầy nhóc những *"khoái kịch"* trên. Xe Lam ba bánh đậu san sát với chiến xa và xe công binh Mỹ làm đường.

Thuở bé, nhà tôi ở một chỗ chứa, "Mã Ông Trạng", chúng tôi chỉ nghe người lớn nói đó là nhà đĩ, nhưng cả lũ trẻ con không đứa nào biết mặt "con đĩ" như thế nào! Thậm chí tôi còn phịa ra cảnh: Một thằng lính lê-dương đến chỗ "Mã Ông Trạng" vỗ tay ba cái, bụi rậm mở ra lỗ hổng, nó chui vào đấy. Đấy "chơi đĩ" phải bí mật và kín đáo như thế, tôi đã phải rình lâu lắm mới bắt gặp được. Bọn trẻ nhỏ phục tôi quá. Và tôi cũng nhớ một người phu xe kéo từ chối chở người đàn bà son phấn. Hắn ta nói nhỏ với người bạn - "Thứ đó đó..." - với một giọng khinh miệt. Tôi bèn mách với lũ trẻ bạn là đã được thấy một "con đĩ" rồi. Bây giờ, lũ trẻ con ở hẻm nhà tôi, trong khi ngồi chờ đợi rước mối cho mấy "chị", đã bàn tán với nhau sự cấu tạo của mỗi chị em và cách thức hành nghề của mỗi người...

Tháng 12 năm 1967
Đông Hà-Huế-Darkto

Nghĩ về người ở mật khu, nơi không sinh khí

Súng đạn nổ trên quê hương đã lâu, chiến tranh nên thành hiện tượng thường hằng như ăn, sống, thở và chết. Chiến tranh xảy ra cùng khắp rừng sâu, núi cao, đồng ruộng, nơi thôn xóm, thành thị... Chiếc xe chạy trên quốc lộ bỗng mìn nổ, bùng vỡ tàn phá. Đêm ngủ trong nhà, súng bắn tới, pháo kích, chết chóc thê thảm xảy đến như một điều tự nhiên. Ngày sầm uất ở thủ đô, giờ tan sở, tiếng nổ phát ra từ chậu hoa, gói giấy, xe hụ còi, người rên rỉ, nhà cháy, giây kẽm gai giăng kín.

Chiến tranh, khuôn mặt quen thuộc đến nhẵn lì hàng ngày của quê hương tan tác. Tuy thế vẫn có một vùng đất, có một miền dành riêng cho chiến tranh, nơi sự chết đè lên sức sống, âm ỉ thù hận, rình rập lên từng cành cây ngọn cỏ. Đấy là nơi chiến tranh mở hội, máu chảy nên sông, xương kết lá, suối hôi tanh và gió thổi qua, gió âm âm nặng mùi. Nơi vết thương làm ung độc quê hương, nơi dòi bọ nhung nhúc thù hằn từ những xác chết nằm chơ vơ, lạnh lùng - Nơi chốn không của người, nơi địa ngục im lặng, vang vọng tiếng than dài dân tộc rít qua kẽ lá u ám chập chờn - Mật khu.

Mật khu ở đâu? Có ở khắp nơi. Không cần phải đến Chu-Phong, vào Ashau, A-Lưới... Quê hương có bao nhiêu đất đai, bao nhiêu sông ngòi, ao lạch, bao nhiêu ruộng vườn, tất cả đủ chỗ để trở thành vùng mang dấu tích mật khu! Đường Huế - Quảng Trị, từ Cây Số 17 trở đi bề ngang hẹp như một thân thể lao xương gầy guộc, Quốc Lộ 1, mạch máu đỏ lờ mờ di động đau khổ trên miền núi cằn, biển lở...

Mật khu ở đó, trên những ngọn núi Bàn, núi Động Thông vùng Cổ Bi, Hiền Sĩ, bên kia Phá Tam Giang dọc dãy phố buồn thiu... Ngược vào nam qua Quảng Ngãi, Tam Kỳ, Bồng Sơn, xuống đèo Phù Cũ, một bên đầm Trà Ô, bên kia đèo Ông Hổ.. Mật khu có đủ nơi, chiếm đủ chỗ, bày ra khắp cùng để người Việt sẵn chốn nằm xuống. Nằm xuống nhắm mắt ngơ ngác, kinh hoàng... Tại sao tôi chết ở đây? Tại sao tôi chết ở một nơi chưa bao giờ nghĩ đến? Vào nam thêm chút nữa hay lên đến cao nguyên, bên trái, bên phải sông la Drang đâu đâu cũng có bếp, hầm, nhà sàn, chông, mìn, lôi, đạp...

Tiếp tục xuống phương Nam về gần đến Sài Gòn vùng Hóc Môn, Bà Điểm, An Phú Đông, rạch Sơ-Rô, rạch Bến Cát ăn qua Lái Thiêu, Bình Dương, qua lại sông Sài Gòn đến ấp nhà Việc, Bến Cỏ, Bến Mương. Nhiều lắm, nhiều kể không bao giờ hết. Kể làm sao hết được nơi chốn cho người Việt để người Việt tận giết lẫn nhau. Khắp cùng tất cả trên mọi phân vuông của quê hương này, đủ chỗ cho người giết người.

Làm sao tôi xác định rõ được nơi chốn nào là mật khu? Cố gắng, cố gắng, trong hốt hoảng, với kinh sợ vì thấy tay mình vấy máu. Tôi vẽ nên Mật Khu...

Trực thăng đổ quân xuống một vùng núi bị lở ra vì bom dội xung quanh không có một dấu vết địch, rừng im lặng tịch nhiên, lấy đội hình đơn vị, người khinh binh đầu tiên dấn bước mười lăm phút, nửa tiếng đồng hồ sau, tất cả vẫn còn nguyên chỗ cũ, gã khinh binh đi đầu tiến được khoảng mười thước! Rừng dày quá cây lá đan vào nhau, gai rừng trâu, gai lưỡi cưa giăng thành từng khóm từng cụm bên trái xanh, bên phải xanh. Cứ tiến về phía trước, cúi mình xuống, bò lọt vào giữa hai rễ cây, chặt đứt phăng mối nối, đứng dậy được, lại tiếp tục chặt cho đến khi con dao rừng rơi xuống đất lúc nào không biết, gai lưỡi cưa móc vào vành tai lúc nào không hay. Từng thước, từng thước rừng, người lính tiến về phía trước.

- Báo cáo có con đường chạy từ Tây sang Đông.

- Đúng như vậy, đường giao liên, coi chừng đạp chông, cứ dọc theo nó đi về phía Tây bao giờ gặp con suối thì báo cáo lục soát.

- Có một hầm khoảng tạ gạo.

- Đúng rồi, tiếp tục, chung quanh đây còn nhiều thứ nữa.

- Báo cáo... Trình *"đích thân"* có một xấp tài liệu.

- Đưa lui cho tôi...

Chúng tôi đang ở trong một mật khu. Có gì lạ? Không gì hết, một ít gạo, vài quần áo cũ, dăm ngôi mộ, lục soát thêm ra hai khẩu súng cũ... *Sống như thế này thì sống chó gì được!* Người lính bên cạnh tôi chửi đổng mấy câu. Phải, không làm sao sống được, ngày này qua ngày nọ ngồi một góc đường mòn nhìn về một phía rừng. Rừng xanh rì một khối, trên xanh, bên trái, phải, sau trước đều là một màu xanh mệt mỏi. Mặt trời không thấy, mây trắng, biển rộng mất bặt trong màu xanh của rừng. Mới nửa buổi trong khoảng xanh nặng nề này mọi người như ngộp thở, lá như có tay che bớt không khí đi vào phổi con người. Thân cây không to, không cao, chỉ bằng cổ tay, cổ chân, khoảng ba thước cao, nhưng đan vào nhau, sát vào nhau...

Trời nắng ở trên không biết, trời vần vũ làm mưa không hay. Hai thái dương như bị đấm liên hồi, mắt mờ lòa do từ nơi chói sáng vào bóng tối. Ánh sáng của rừng không còn là ánh sáng nguyên thủy, ấy là hơi bốc từ cây, từ lá tiết ra có mùi nồng nồng, có màu nhạt nhạt xanh xanh. Nửa buổi trong rừng chúng tôi đã ao ước, mong muốn được đi qua một khoảng trống dù cỏ lau rát da, rát thịt cũng được nhưng hãy cho chúng tôi một khoảng trống, để đứng thẳng người không mỏi cổ, được nhìn thấy xa đàng trước, không bị vít, không bị án bởi muôn ngàn giây leo rễ cái.

Mới nửa buổi chúng tôi đã bần thần ngây ngây, huống gì người cán binh Việt cộng hết dựa gốc cây này đổi qua gốc cây khác, xuống suối rửa mặt, leo lên chiếc sàn, đâu cũng vướng víu, đâu cũng chật hẹp, có mắt như bị mù, thấy gì được, phân biệt được gì... Rễ cây nào cũng giống nhau, lá nào chẳng một màu xanh thăm thẳm. Trong khoảng xanh đen tím thẳm này các anh đã làm gì? Sinh hoạt tổ, sinh hoạt tiểu đội, trung đội, chán ơi là chán. Cứ sinh hoạt hoài hoài với những đề tài đã thuộc từng chi li tiểu tiết. Hết sinh hoạt lại nấu ăn, đốn củi.

Thức ăn là gì? Khổ lắm, vài đợt kè, đợt búp, rau

tàu bay, rau má, một ít ruốc hay muối trộn vào với nhau thành một thứ canh đắng đắng, mặn mặn, cố nuốt vào để khỏi đói. Miếng cơm nhai không có cảm giác, giống như loài bò nhai lại đám cỏ khi nhàn rỗi lười lĩnh. Nhưng nào có cơm, chỉ những lát sắn khô nấu sền sệt.

Tôi đã đi qua mật khu của các anh, đã từng đổ máu và giết người trên phần đất đặc biệt do các anh xây dựng. Thông thường tôi gặp các anh trong tình trạng đã nên xác chết, nhưng dẫu có bị bắt các anh vẫn không thấy khác với xác của người đã chết bao nhiêu!! Da các anh không phải da người, trắng xanh bạc thếch đến lạ lùng, một màu sắc không thật, không có. Các anh nhìn chúng tôi không cảm giác, không ý niệm, các anh là khoảng trống, bí ẩn, u uất, buồn bã do năm tháng dày đặc trong rừng, trong lá. Mắt của các anh hết còn là mắt người. Đấy chỉ là đôi ngươi khép mở khi thức, ngủ. Đúng như vậy, vì các anh đã đánh mất ý niệm của thị giác, của tất cả giác quan con người. Các anh hết tính người.

Bây giờ tôi có thể hiểu tại sao các anh hung hăng khi tác chiến. Tôi biết rồi... Đấy là lúc các anh đang sống lại. Súng nổ, đạn bay, tiếng bom, ánh lửa, một thúc đẩy mới, thổi bùng lại trong người các anh những phản ứng bao ngày bị cùn, bị chặt. Chỉ xung phong, khi giao tranh, anh mới tìm được nỗi vui vì được giết, được bắn, được vung vẩy tay chân, được lập lại phản ứng của con người - Được biết thế nào là sợ.

Tôi đoán như thế và tin rằng mình xét trúng. Vì có nhiều lần chúng tôi đã hạ gục các anh trong lúc canh gác, các anh không còn thói quen nghe ngóng, âm suối chảy, tiếng nỉ non côn trùng đã làm mòn hết cảm giác phản ứng... Và các anh còn tội nghiệp hơn nữa - Các anh cần đàn bà. Đàn bà, sinh vật linh động quyến rũ đã bao lâu không nhìn, không thấy... Kích thích làn da, rung động nụ hôn, ngây ngất ân ái! Tôi biết các anh thèm thuồng và nhớ. Rất nhớ.

Trong những buổi hội ý, học tập những thèm muốn đó các anh dấu với nhau, các anh tự che kín ngay với chính mình, các anh tội nghiệp đến độ bi thảm. Tôi biết cảnh sinh hoạt linh động có con gái ngực nở, đồng phục đen, mũ tai bèo chỉ có ở một vài nơi thật an toàn của chiến khu miền Nam, cảnh quyến rũ huy hoàng có đàn hát, môi hồng, mắt xanh mà báo chí ngoại quốc chụp được chỉ là cảnh láo, cảnh bịa, cảnh kịch dựng lên cho đám ngoại nhân tò mò cốt để tác động tuyên truyền.

Tôi biết ở mật khu các anh chẳng có gì cả, thèm thuồng, nhung nhớ lắm các anh nếu có được một vài quần áo lót đàn bà, vài nịt vú. Đấy, các anh chỉ có thế! Có thể nói tôi chủ quan khi nhận xét trên, nhưng từ lối sống ép buộc của các anh, hẳn chẳng có nữ cán bộ nào thừa áo quần, đồ lót nhiều đến nỗi vất tung tóe khi chúng tôi xâm nhập đến. Vậy chứng cốt để cho các anh - Các anh đã mắc phải một tật về dâm tính lệch lạc đến độ khủng khiếp và bi thảm. Tôi không hạ thấp khi khêu gợi lên cái *"dâm"* bị cụt của các anh, nhưng tôi biết con người các anh cũng như chúng tôi sống dưới một cảnh đời, dù bị kiểm duyệt bằng chế độ nào đi nữa cũng còn những rung động âm thầm của dục tính.

Nhưng hỡi ôi các anh bị giản lược đến quá nhiều, các anh thiếu đến độ cạn mòn nhất, chúng tôi hiểu và thương các anh nhiều lắm. A! Những hung bạo, những sai lệch về nhân ái chắc cũng có ở đâu đây, cũng bắt nguồn từ những ước muốn sôi bỏng bị chèn ép, từ những cuồng bạo được ngụy trang nên bình thản nầy. Tôi nghĩ rằng, từ chỗ này các anh đã trở thành bạo ngược, xem người có hạnh phúc là kẻ thù, người đàn ông bình yên bên vợ con là thách đố, đáng ghét - Đó là hạnh phúc một đời anh mơ tưởng. Ô hay, các anh hung bạo là vì thế đó sao. Và chỉ là thế!!

Tôi cũng đã bắt gặp rất nhiều mẫu thơ tình của các anh, không có gì đáng tội nghiệp hơn nữa. Đành rằng người ta có thể yêu nhau, cảm thông nhau qua trung gian nghề nghiệp, chí hướng, tình yêu nước, tình đồng đội... Nhưng tôi cũng nghĩ ra các anh đã quá dối trá khi chen trong lá thư tình những câu *"Thề đánh Mỹ cứu nước"* hoặc *"Tặng Lan với ý định thực tế đấu tranh tốt cho cách mạng"*. Làm gì có loại ái tình kỳ cục và đầy dẫy *"chiến đấu tính"* như thế. Đành rằng các anh đã bị nhào nặn trong lý thuyết đấu tranh, do những luận lý kềm kẹp lẫn nhau, nhưng khi lòng mở ra cùng yêu thương, làm sao còn hình ảnh thằng Mỹ nào trong bố cục tình yêu đó?

Người yêu của các anh là ai? Phần lớn là gái quê ở Tuy An, Tuy Hòa, Quảng Trị, Bình Long... Những gái quê ngây thơ và mộc mạc, do tác động của sau tuổi dậy thì, yêu thương tự nhiên như một nhu cầu, những gái quê ít học đó làm sao nghĩ ra được mỗi nụ cười, mỗi bàn tay trao nhau là nằm trong chu kỳ của quá trình đấu tranh cách mạng! Làm sao giây phút đầy xúc cảm của những lần ân ái, của nụ hôn là lúc *"ý thức cách mạng về liên kết công-nông"*, trong công tác? Ôi các anh đã dùng nhiều danh từ quá to lớn trong những hoàn cảnh không chút cần thiết.

Người ta có thể lừa dối người khác hoặc chính mình trong rất nhiều trường hợp, nhưng khi đến chốn riêng của tình yêu và tình dục chắc chắn phải là những nơi cuối cùng để thành thật nhất. Nhưng ở đây các anh quá khốn khổ, phải che dấu những đòi hỏi của tình dục và rung động thiết tha của tình yêu; trước giờ chia tay đáng lẽ các anh phải nói với người yêu những lời hẹn hò thân ái, phải nói nỗi niềm ray rứt khi xa nhau... Đằng này các anh lại chúc người yêu - *"Em ở lại vui, trẻ, khỏe, đạt ưu điểm trong công tác để tiến bộ!"* Các anh lại còn *"quê"* hơn nữa khi hứa hẹn: *"Ngày thanh bình em về quê anh ở miền Bắc, để nhìn thấy Bác bên cành hoa!"*

Ông Hồ Chí Minh có là gì đâu mà sao anh phải mang vác trong một lúc đáng lẽ mở toang hết cửa sổ lòng người. Thế giới tình yêu hạn chế lắm, chỉ đủ chỗ cho hai kẻ yêu nhau, người thứ ba nên gạt bỏ ra ngoài. Ấy, các anh lại bảo tình yêu thoái hóa tiểu tư sản. Không, tình yêu *"ý thức mạnh, công tác tốt"* làm gì có thật, nếu có, thì cũng chỉ có trong những tâm hồn khủng hoảng lệch lạc dục tính như của các anh mà thôi. Ông Hồ cũng là một điển hình của cái dâm bị ẩn ức. Một loại ấu dâm hạ tiện và độc ác.

Thôi, mật khu xanh thẫm đó, hãy xóa bỏ chúng đi, các anh hãy đi xuống miền có người, có tiếng cười, tiếng hát, lời trẻ con ừ ừ sau giấc ngủ đêm khuya.

Tháng 8 năm 1967

Phong Điền, Thừa Thiên

Quê Hương
và người Huế

Tôi là người Huế, sinh ở Huế, nhưng không lớn lên từ đó, không có kỷ niệm, không nhung nhớ, không một mối tình. Giữa tôi và Huế là xa lạ, dửng dưng, không mong ước trở lại. Nhưng, tôi đã sinh ra ở đấy, đất đai đó là nơi trú ngụ đầu tiên. Và cũng chính trên mảnh đất này bạn bè tôi đã đánh những trận đầu tiên trong thành phố, những người bạn từ Sài Gòn, từ một tỉnh miền Nam, từ miền Bắc di cư vào, họ đã chết lạnh lùng, bất ngờ nằm xuống giữa đám gạch xanh rêu không sinh khí. Vậy nên tôi phải viết về Huế. Viết cho tuổi thơ đã qua, lần trở lại bi thảm, viết về một mất mát, nhưng tôi cũng viết cho những tìm thấy thật cảm động. Cảm động rưng rưng nước mắt, cảm động của buổi tái ngộ oái oăm.

Khi lớn lên sau này, ai có hỏi... Người xứ nào... Tôi thường tần ngần một lúc. Sự ngập ngừng phát sinh từ những mù mờ về Huế. Tôi là người sinh ra ở đó, nhưng biết được gì trên thành phố ấy, tên đường không thuộc, chùa Linh Mụ ra sao? Thế nào là con gái trường Đồng Khánh? Nhớ, nhớ lại một kỷ niệm xa nhất, những hình ảnh ghi nhận được, những điều còn sót lại trong vùng trí não mông mênh. Nhớ đến chỗ đầu tiên của hoài niệm tuổi thơ, tôi bốn hay năm tuổi gì đó... cùng gia đình về Huế trong đêm khuya. Thuyền đi theo giòng sông, giòng sông đen, chiếc thuyền len lỏi qua hàng cây um tùm trên nước. Sông nào, tôi không biết. Cây gì, cây chà là. Sao lại cây chà là? Chắc hẳn đó là do bất chợt nghe đâu một lần nên tôi đặt tên cho những đám cây đêm đó là cây chà là.

Thuyền ghé bến, tôi lên bờ trên tay của cha, ôm chiếc chiếu trong lòng. Tôi về Huế lần đầu tiên, tôi đến trong đêm, trên giòng sông. Trí nhớ nào đủ để ghi lại vài hình ảnh mông lung như mặt nước lên tâm hồn trẻ nhỏ... Và đi ra khỏi Huế sau hai năm. Tôi còn lại hình ảnh nào nữa? Những buổi chiều cuối năm gió rét, thổi qua những con đường phố im vắng, hình ảnh một bà già lưng còng, còng xuống thật thấp, bán giò chả, tiếng rao lê dài qua khu phố theo gió đi xa, lành lạnh tái tê. Buồn hơn cả mùa đông. Thế là hết kỷ niệm của Huế. Còn gì nữa không? Chẳng còn gì hơn hình ảnh cô gái nhỏ cùng tôi chơi chiếc xe hai bánh, gồm bàn đạp, tay lái, chân để trên bàn đạp, chân chống xuống đất và chúng tôi thay phiên đẩy vào lưng nhau để tăng tốc độ. Tốc độ của đôi chân trẻ thơ nhưng quá nhanh trên mặt đường lồi lõm đá; đường không người, hai hàng phố cửa đóng, vẽ hoang tàn hậu chiến, nét linh động chỉ là hai chúng tôi...

Thế là hết và tôi đi xa, xa về miền Nam, Huế đó tôi trả lại cho người, tôi về miền có biển có núi. Huế không có biển. Ở biển chúng ta nghe được thằng cuội chặt củi ở trên cung trăng. Một thằng bạn nhỏ khu xóm nghèo đường Gia Hội đã nói như vậy. Tôi đến vùng có biển và lớn lên từ những nơi này. Huế không có biển và tôi yêu biển biết bao nên xứ Huế được lãng quên.

Đà Nẵng và Nha Trang, thành phố bốn bề là biển, biển trước mặt, biển sau lưng, rẽ qua trái ra biển, rẽ qua phải đến sông, sông cũng dẫn ra biển, ngồi trong nhà gió biển lọt vào, rịn mùi muối trên da tay, đêm mùa đông nghe tiếng sóng cuồng nộ từ xa tưởng chừng như sóng xô đẩy lại kéo trôi phăng thành phố. Thịt bò khô ở Nha Trang, con ghẹ tươi luộc ở bờ biển Đà Nẵng đối với tôi là những món ăn ngon nhất, quyến rũ nhất và đáng nhớ biết chừng nào. Chạy nhảy trên những hòn đá ở Tiên Sa, hà cắt đứt bàn chân, vết thương tươi đỏ đầy máu không tạo thành đau đớn, chỉ nhức nhức nhẹ nhàng, ngâm xuống nước mặn thành xót cay, nồng nàn như tuổi mới lớn, như tình yêu ước vọng của năm mười sáu, mười bảy...

Máu chảy hòa nước biển, nước biển theo vết thương ngấm vào máu thịt, người như hạt muối được hong khô dưới mặt trời. Tôi ham mê đùa giỡn cùng sóng nước, giữa khung trời xa tít không biên giới với luồng gió có hương ngát từ khoảng không trên ngọn hải đăng ở Đà Nẵng; tháp hải đăng xây bằng đá, xanh mướt, trơn bóng vì rêu phủ, gió bào, muối sát, dõi luồng sáng xanh chỉ có ở giấc mơ. Gió từ bốn phía ào ào, lau ngã nghiêng theo tám hướng. Tôi sống, lớn lên, yêu đời, yêu quê hương từ đó. Từ những nơi có gió. Từ một chỗ nào xa xăm tận cùng trời đất.

Đà Lạt nét đẹp não nùng, tưởng chừng như một nốt nhạc ngân hoài không dứt. Đà Lạt đẹp, thành phố, hồ Xuân Hương, hồ Than Thở đẹp nhưng phải đến Ankroet, trèo lên ngọn núi đằng sau nhà máy nước nhìn xuống thác Vàng, thấy cả trời đất hòa chung dưới đáy. Hồ Ankroet trong vắt như thủy tinh, xanh tươi hơn tận cùng ý niệm, nằm trong lòng núi như một chiếc gương yên lặng khẽ gợn vì gió, vì sương đọng, vì núi nghiêng hay vũ trụ đang xoay, hay do người đang rơi vào ảo giác...

Trời ở trên, trời cũng dưới đáy hồ im lặng! Có tiếng động... Không, chẳng có gì, lá thông rãi, cỏ đang mọc hay nước hồ đang nở... Nào ai biết, không ai biết gì của thiên nhiên im lặng đó, chỉ nhìn và nhìn tận cùng với hết con người. Trong vòng tay của núi và biển, tôi đi xa Huế vô cùng. Huế của đêm tối hồi cư, dòng sông đen đe dọa của tuổi thơ làm sao kéo được tâm hồn tôi trở lại.

Bây giờ là năm 1967. Chiến tranh đầy trên quê hương như đàn ruồi trên đống rác. Tôi đang ở Sài Gòn. Ôi Sài Gòn, làm sao thấy được mặt trời mọc lúc nào, lặn ở đâu. Đâu bốn hướng Đông, Tây, Nam, Bắc... Thế nào là màu xanh, súc vật nuôi trong nhà, màu xanh tím và hơi mát khu đường Cường Để, vùng nhà thương Grall trông tội nghiệp, vá víu giả dối và còm cõi! Sài Gòn với một khoảng thiên nhiên mơ mộng của xa lộ, vài cây dừa xơ xác, một dãy đất hoang cỏ mọc úa vàng bị đóng khung bởi Cát Lái, Thủ Đức, Bình Lợi...

Việt Nam 1967, tôi lính chiến như một thanh mã tấu cùn rĩ, ném vào trong một đống rác vĩ đại. Đà Nẵng thì hết rồi biển Thanh Bình, hàng cây dương mới lớn của mười năm về trước nay cằn cỗi vương vít kẽm gai bao bọc trại lính. Bờ biển thuở xưa có cái lô-cốt bị chìm bây giờ đầy nhà cửa. Thôi còn gì nữa đâu, hết cả khoảng trời xanh, tiếng sóng vỗ cuồng bạo vào bờ đêm mùa đông, biển tối âm u, hàng đường liễu ngập nước như một khu rừng nổi...

Tất cả không còn gì nữa, núi Tiên Sa Mỹ đặt đài radar, con đường lên núi đỏ thẫm giữa màu xanh của lá như một vết thương chưa khép. Vị tiên nào đã sa xuống vùng núi hoang vu tuổi trẻ của tôi ngày xưa chắc bây giờ đã lăn lóc chiếc cánh bên cạnh đống vỏ bia. Tôi còn được một vùng thơ mộng nào trong quê hương?

Trong thời gian này tôi trở về Huế. "Trở về". Sao lại dùng chữ này? Phải đi thì mới gọi trở về. Hay tôi đang trở về quê cũ? Chiếc C-130 xuống phi trường Phú Bài vào buổi chiều mưa mờ mặt. Ôi mưa, mưa đúng nghĩa của mưa, mưa đầy mặt, mưa cách nhau khoảng năm mươi thước không trông thấy, mưa không rõ hạt, chỉ một màn nước dày bao trùm cảnh vật. Tất cả xám xám ốm yếu thê lương, không chân trời, không hàng cây, không nhà cửa. Tất cả dựng khối đen lù mù im nín, không một hoạt động tồn tại, tan biến lặng lờ dưới sức nặng dị thường của hạt mưa. Mưa từ bao giờ? Hỏi người bạn đơn vị đã ra trước. Lâu lắm rồi, cả tuần nay. Không tạnh? Tạnh sao nổi. Mưa khắp nơi như từ một khoảng không bốc hơi và vạn vật đang tan thành nước. Tôi bước xuống trong vũ trụ lạnh tanh đó. Người biến vào mênh mông.

Mưa Huế ào ào phủ xuống đầu chúng tôi khi từ máy bay chạy nhanh vào trạm hàng không. Ai đã ghét mưa Huế vì phải chịu đựng nó quá nhiều, chắc tôi cũng ngao ngán vô cùng khi đi dưới cơn mưa nước ruộng ngập đến háng và bùn gần đến đầu gối từ Quảng Điền lên Phong Điền. Nhưng bây giờ mưa Huế đang chung quanh tôi, mưa của quá khứ, của tuổi thơ, tuổi lớn đang hòa vào nhau trì chậm, quay đều trong một không gian im lặng...

Huế đón tôi trong cơn mưa, tôi lên xe trở vào thành phố, ra lại ngoại ô, đóng quân ở một làng có cái tên độc đáo, đặc biệt nhất của Việt Nam - Sịa. Sịa là gì? Là sình đọc trại? Không phải, cái tên đặc biệt, âm vang như một nốt nhạc lạ. Sịa, tôi sẽ hoài hoài nhớ, hoài hoài thắc mắc sao quê hương ta có những địa danh vừa kỳ cục vừa lạ lùng, quê mùa nhưng không thô, mộc mạc, bình dị và độc đáo! Ở đâu có Sịa? Chắc chỉ có Huế và đúng chỉ là có Huế.

Hành quân, mục tiêu 1,2,3... Đại Đội 91, 92 chiếm 1 và 2 xong đợi ở đấy, làm blocking-force về hướng đông để Đại Đội 94 chiếm mục tiêu 3... Mục tiêu 3, tôi nhìn vào bản đồ: Đồng Xuyên, làng Đồng Xuyên khu xóm nhỏ phía tây giáp ruộng, phía đông cồn cát.

Sau cồn cát là gì? Phá Tam Giang. Phá thì lạ lắm, nhưng Phá Tam Giang đã rất quen biết, lớp ba hay lớp nhì, ai chẳng một lần đã ê a trong *"Tập Đọc Vui"* hai mươi năm về trước. *"Đường vô xứ Huế quanh quanh. Non sông nước biếc... Sợ truông nhà Hồ, sợ phá Tam Giang".* Phá Tam Giang là tuổi thơ thứ mười của tôi. Tuổi nhìn đời đầy dẫy những câu hỏi: Tại sao đã yêu em nhưng lại không muốn vô?

Đấy, phá Tam Giang tôi đã quen thuộc với nó lâu hai mươi năm rồi còn gì nữa? Phá Tam Giang, nỗi mơ mộng đầu tiên của tôi, vùng thần thánh của những lần rung cảm ngây ngất khi đọc đến: *"Yêu em anh cũng muốn vô..."* Đi dọc theo bờ của phá, bên trái dãy Phố Buồn Thiu, nơi B. Fall vừa chết tuần trước; người thông thuộc biến cố của Việt Nam nhiều nhất trong vòng hai mươi năm qua, nay vì trái nổ oan khiên bỏ lại đời đằng sau.

Dọc theo phá, đi hoài, đi mãi... Giữa trời đất bao la, ảnh bao la giăng giăng u uất, không rộng rãi của biển, xanh thẩm của núi, đây là hoang vu tiền sử, cỏ úa xanh nâu trải dài đến chân trời. Bồ nông, hạc, hải âu bay từng đàn nặng nặng, buồn buồn, chim bay như cố gắng, như thở dài, như hấp hối... Bay một đoàn đầy trời, rồi cả đàn cùng dừng lại, tiếp tục bay đi, không phương hướng, không ào ạt, không khỏe, không hùng; đàn chim loang lổ, đen trắng thấp thoáng trên cỏ khô, lúa mục. Đây là hoang vu sao lặng gió, con phá rộng mông mênh không bờ bãi, không vết sóng, chỉ một cánh buồm không no gió... Phải chăng buồm hoang, thuyền ma. Trời xám, cỏ xám, con sóng nhỏ, cánh buồm phiền, đàn chim mệt mỏi... Đây là cảnh gần tàn, đời sắp đóng, trời đất âm u để sửa soạn cho lần đổ nát.

Bây giờ mới thấy Nha Trang quá trẻ trung, Đà Lạt quá sang trọng, Sài Gòn còm cõi không sinh khí. Đây mới là khuôn mặt thật của quê hương. Tôi nghĩ vậy. Câm nín, u uất, nặng trĩu buồn rầu. Quê hương ta, khuôn mặt thật chắc là đây. Lên đến Phong Điền nhìn lại bản đồ, mười bảy cây số đường chim bay. Người nát rời từng mảnh, trời rét nhưng người quá dơ, bùn từ tóc, từ mặt, bám đầy trong hốc mũi, trong tai, bùn rơi từ cái dụi mắt, chớp mày.

Xuống bến sông, bên kia là Quảng Trị, bên này là Thừa Thiên, sông chảy ra phá Tam Giang, sông chảy từ Quảng Trị vào, từ núi ra, một nhánh nhỏ của sông Ô Lâu, nhưng đến đây chảy qua Mỹ Chánh sông mang tên khác. Hỏi cô giáo. Cô giáo thẹn như cô gái mới lớn, cô giáo mặc áo đen quần trắng, áo len đen, da trắng mát tự nhiên, môi đỏ hồng, mắt thật xanh.

- Cô giáo bao nhiêu tuổi?

- Dạ hai mươi lăm.

- Sông gì?

- Dạ thưa, sông Thu Rơi!

- Sông Thu Rơi. Tôi cười... - Cô nói đùa hay thật.

- Dạ thưa sông Thu Rơi.

"Dạ thưa sông Thu Rơi". Tôi rưng rưng cảm động. Ai đã đối thoại với lính lễ độ, kính nể đến như vậy. Sông mang tên Thu Rơi, tên thật thường nhưng chất ngất lãng mạn và đôn hậu, dân làng đã nghĩ sao khi chấp nhận tên này. Phải chăng là thi sĩ? Phải chăng tên đã thành tự nhiên như câu hò, câu hát.

Ngược đường về, từ mục tiêu 15 trở lại mục tiêu 1, ấp Đồng Xuyên, ấp Mỹ Xá, đã đọc đi đọc lại nhiều lần từ bao nhiêu ngày trên bản đồ, đã đi qua bốn ngày trước, nay trở lại sao lòng nôn nao cảm động - Đồng Xuyên, Mỹ Xá... Đúng rồi! Nơi chốn này thuở xưa mẹ tôi đã một lần đi đến, sau lệnh tổng phản công của Việt Minh năm bốn mươi sáu *"Vỡ mặt trận rồi chạy về Đồng Xuyên, Mỹ Xá, sau đó mạ gánh con về ở tại Gia Lê".* Mẹ tôi thường hay nói vắn tắt như vậy để trả lời cho tôi mỗi khi tôi hỏi về những biến cố của *"Vỡ mặt trận..."*. Tôi nhớ mãi nhớ hoài mẹ tôi với câu nói đó. Bà hay nói những chữ Huế mà những ngày ở Đà Nẵng, chúng tôi, hàng xóm phải ngẩn ngơ không biết.

Mẹ tôi là người Huế điển hình, nơi này bà đã gánh tôi một đầu đòn gánh, đầu kia áo quần, soong chảo trên cánh đồng này hai mươi hai năm trước, chân trần tay lấm, cong chiếc lưng học trò mảnh mai để gánh tôi băng qua những đồi cát mênh mông bắt đầu từ Mậu Tài ra đến Đồng Xuyên, Mỹ Xá... Nơi này, cha mẹ tôi đã thương yêu nhau trong cảnh chết, tiếng nổ trên đầu, viên đạn rạch không khí bay xuyên tim người dưới đất. Nơi này cha mẹ tôi đã lấy sức mạnh xác thân và tình thương mang tôi qua gió bão...

Hôm nay, mùa đông 1967, tôi đi qua, trên đất như có hồn, cỏ có dấu vết, biết đâu mẹ tôi đã ngừng ở đây, lấy nón quạt cho tôi, cha tôi đã cúi mình trên bờ mẫu để gạn lấy phần nước trong mát nhất cho con. Giòng nước luôn trôi chảy, mẹ cha làm sao biết được hơn hai mươi năm sau đứa con trở lại một lần nhìn xuống để thấy gương mặt thật của mình trên suối dòng bất diệt quê hương.

Về Huế, nghỉ quân đóng ở Nam Giao, nơi thuở xưa vua nhà Nguyễn tế lễ trời đất. Trăng mùa đông huyền bí rọi sáng xanh nhạt thếch xuống một vùng cổ mộ... Emile Bronte, Dostoiesky, Mai Thảo, Võ Phiến, rải dài trên tác phẩm bóng dáng quê hương họ thương yêu, hoài niệm, nếu không phải ca ngợi nồng nàn, thì cũng là bối cảnh cho những tình yêu, thù hận, hay điều ám ảnh. Tôi không là nhà văn, nhưng nếu có chọn lựa tôi sẽ viết về Huế trong tác phẩm của mình.

Lạ lùng lắm, bí ẩn lắm, ngôi mộ nằm yên dưới bóng thẫm cây tùng, cây thông, trăng soi xuống, gạch đá như thở, như hấp hối thì thầm, rầu rĩ. Sông Hương đứng từ ngọn đồi lăng Khải Định nhìn xuống, không phải là sông của nước chảy, nhưng là núi xô nhau đi về nơi xa, sức xô đẩy lả lơi theo cỏ tranh, giăng giăng chập chùng đồi sim dại. Núi không cao, không phải núi, gọi là đồi mới đúng, không cây cỏ chỉ có toàn một thứ đá nâu lớn bằng ngón chân. Đồi trùng điệp nối dài, nắm tay nhau, dựa vai vào nhau, chuyển động nô đùa trên mặt nước.

Vua Gia Long chọn Huế thật phải, sông có, núi có, rừng thưa, rừng mới lớn chạy bước nhỏ dưới chân đồi như bầu bạn. Và đằng xa kia, xa ở chân trời... Biển... đủ hết,cả bốn mùa thời gian, cả vóc dáng thế giới hợp vào đây, không lớn, không vĩ đại, không ồn ào, nhỏ và xinh như non bộ, giả sơn. Như cảnh mơ của em bé.

Dừng xe trên đồi, tắt máy, tắt đèn, đốt điếu thuốc nhìn xuống dòng sông, thả khói bay vào núi, bay xuống mặt nước xám mờ, sương lạnh, mưa sa hạt nhỏ... Có ai hỏi gì bây giờ, chỉ xin im lặng như cơn thở than trầm mặc... Vì tiếng hò đã cất lên. Tiếng hò xua nhau như sóng nhỏ vướng phải bụi bờ chìm xuống nghe thê thảm, quá đỗi buồn rầu. "À... ơ... Ai về Đại Lược." Chữ "lược" xuống thật thấp như cố nuốt tủi hờn, chặn giòng nước mắt, che dấu cô đơn. À... ơ... Không thêm một chữ nào có ý nghĩa, chữ "ơ" đưa lên cao từ từ rồi mất vào với gió với trăng, làm rợn những gai ốc trên da thịt. Hò như thế mới gọi là hò, Nam Ai như thế mới đủ năng lực diễn tả hết nỗi buồn rầu chất chứa toàn thể đời người phổ vào những tiếng à, tiếng ơi vô nghĩa.

Một phút, hai phút trôi qua, thuyền đi được khoảng sông, câu hò chỉ được bốn chữ "à, ơ" ngân dài trên nước, oan uổng thê lương dật dờ như thây ma trôi sấp. Tôi nghe bằng tai nhưng hồn tôi ai đem treo trên đầu ngọn gió, ai đem ướp dưới đáy sông... Thật muốn khóc... Muốn rưng rưng nước mắt! Sao có cảnh trầm mặc, sao tiếng hò thê lương, buồn đến thế này... Nguồn đau thương dân tộc đã mất những gì, còn lại những gì... Hay mãi mãi đổ vỡ tận cùng, không bao giờ sống lại...

Tôi ở Huế một tuần, bún nước, bún khô, bánh khoái, nem chua, ăn thật nhiều, thật ngon. Tôi vốn không thích ăn ngon, không coi trọng chuyện ăn uống. Lính tráng kham khổ quen cơm hẩm, dăm miếng thịt mỡ, vài cọng rau, bi đông nước lã là xong bữa ăn. Bao nhiêu năm tôi không có dịp để chọn món ăn. Về đến Sài Gòn gặp gì ăn đó cho lạ miệng, ăn với bạn cho vui, không hề ham. Nhưng ở Huế ăn phải thích, ăn nữa không chán, ăn bao nhiêu bún cũng không vừa. Phải tới quán cho kịp giờ, trễ là hết, quá năm giờ tiệm bún ở đường ngang với đường Gia Hội nhất định hết.

Người Huế lạ lùng như vậy, không thay đổi, không bị lôi cuốn. Mười năm trước vẫn một nồi bún, bây giờ cũng vậy, khách đông, khách chờ, khách đòi hỏi. Mặc! Hết là hết không nấu thêm. Ngày ế khách, ngày mưa gió, không bớt. Vì khách là khách quen, xóm bên kia đường, đằng cuối phố, nhà nào, mấy người, ý thích của mỗi ai... Người bán tất biết rõ. Bán như thể rảnh rỗi, thức ăn như một tác phẩm, nhiều quá sẽ thành thừa mứa, tầm thường. Giữa khách và chủ là bạn thân, họ hàng.

Người Huế sống với nhau thật khít khao. Nhà anh ấy, bác ấy có con thi đỗ cùng mừng; kỵ đám cả xóm xúm vào giúp nhau. Nhưng chính ở đây cũng là nơi xuất phát những cực đoan lộ liễu. Thầy trên chùa nhất định là đại từ, đại bi, dù vào đến Sài Gòn nghe ai nói xấu đến thầy tức khắc lồng lộn, tức tối... Không thế được, thầy không xấu như người ta nói!

Chúng tôi trở lại Huế bằng máy bay trực thăng trong ngày mùng bốn Tết Mậu Thân. Trời thật lạnh, mưa phùn, u ám thê lương bao phủ thành phố. Máy bay nghiêng nghiêng trên đà xuống, hạ thấp dần, khu doanh trại Bộ chỉ huy Sư Đoàn 1 Bộ Binh. Chúng tôi ùn ùn kéo ra khỏi phi cơ. Sau ba ngày đánh nhau ở Quảng Trị với số mất mát khá lớn mặc dù chúng tôi đã được cả một đống vũ khí chất đầy một GMC.

Mới đây, Giao thừa chúng tôi còn gọi nhau trong máy truyền tin để chúc tụng những lời đầu xuân, rồi ngày mùng Một, tôi nhớ rõ, bốn giờ sáng, từ đó là khởi đầu máu chảy... Vừa hay tin Thừa chết, đến Lộc, đến Hổ, bạn quen lâu, mới quen, thương mến thật nhiều, tất cả ra đi từng loạt từng loạt. Trong những ngày đầu năm, trong những ngày đầy sương muối và mưa phùn, chúng tôi đã chiến đấu đơn độc và tuyệt vọng. Lính Mỹ án binh bất động nằm chờ thời. Không phi cơ, không pháo binh yểm trợ. Chúng tôi đến Huế với vô cùng mỏi mệt.

Kiểm điểm lại quân số, tấn công và chiếm lại Huế, mục tiêu là mấy cổng thành. Ngày đầu quân tiến thật nhanh tràn qua Tây Lộc, xong tiếp đến cửa Chánh Tây, giao lại cho bộ binh. Tối đến cổng thành lại mất. Chúng tôi bắt đầu chiếm lại, và từ lúc này chiến trận đã xảy đến ác liệt. Phi cơ bắt đầu can thiệp, pháo binh yểm trợ và địch tăng cường cố thủ.

Chúng tôi tiến lên từng đường, từng ngõ, từng nhà. Thành nội Huế với đường nhỏ vuông vức bàn cờ, tiến quân như đi trên cái chết. Qua được một đường, tiếp tục bắn che chở cho khinh binh; khinh binh chạy thật nhanh, nhanh hơn nữa, nhanh để đua với tử thần, nhanh để sống, để thở, để cười, để còn về lại Sài Gòn. Quân tiến thật chậm đến con đường Mai Thúc Loan thì bị chận đứng. Can đảm đứng lên băng qua là chết. Bộ chỉ huy Việt cộng đóng ở trường Bồ Đề nên con đường biến thành tuyến phòng thủ.

Cửa Đông Ba cách hai trăm thước không thể

nhào vào được. Việt cộng đào giao thông hào, phát súng cho trẻ con mới lớn, gã du đãng muốn làm anh hùng, chủ tiệm bán cà phê được lên làm cấp chỉ huy. Tất cả mặc cảm về yếu kém, vô ích, mặc cảm bị xem thừa, bỏ rơi, tất cả được Việt cộng lợi dụng đến triệt để và tập hợp thành lực lượng lớn để đè bẹp chúng tôi. B40 nổ như muốn nhức có. Em bị rách áo, hai đứa con nghỉ phép dài hạn. Dồn dập, dồn dập. Đơn vị mệt và căng thẳng như con khô nung chín.

Lệnh tấn công trở lại, có pháo binh và phi cơ yểm trợ. Lần đầu tiên của đời lính, tôi đánh nhau trong thành phố và hủy diệt thành phố. Huế, Huế của tôi vừa tìm được, Huế của Việt Nam luôn cố duy trì để trường cửu đang sụp đổ, đang cháy đỏ tươi. Trước mắt tôi tường vôi, mái ngói bị ném lên tung vỡ. Lửa cháy thành ngọn yêu ma kinh dị. Lửa củi, lửa than nghe ấm, nghe vỗ về. Lửa nhà cháy có tiếng kêu như than, như khóc, như tức tưởi, nhu hú lên vì sợ. Lửa nhà cháy ở thành phố là lửa tai ương, lửa bất hạnh, lửa có mùi... Mùi người chết, mùi của xương, của da, của thịt bị nung nóng thành than, thành một vật chất quái dị, khô đặc, nức nẻ, đụng vào thấy ươn ướt nhầy nhầy...

Huế trước mặt tôi sụp đổ từng miếng một, nghe đau xót như tình nhân bị cưỡng hiếp. Tôi đã từng chứng kiến nhiều đám cháy ở Kiến Hòa, Bồng Sơn... Tiêu điều, tan nát! Đúng như vậy, nhưng chưa đến độ thấm đau đến phải bật khóc. Ở Kiến Hòa thì thấy tiếc - phải - chỉ tiếc nuối một phần vật chất bị hủy hoại. Nhưng Huế cháy, gạch bát tràng, ngói âm-dương, tượng Di Lạc, tượng Thích Ca, Kim Cang, Thiện-Ác, lớp rêu trên viên đá, đầu trường thành cây kiểng trồng từ đời Gia Long, Khải Định...

Tất cả chúng đều có linh hồn, không chỉ là đất đá, cây thuần túy... Chúng có kỷ niệm trong lòng, chúng là vết tích hoài hoài mà chúng ta luôn nhớ. Đó là cổng thành vua đã đi qua, đó là Phú Văn Lâu nơi xướng danh những người thi đỗ, này cung vua, lầu Hoàng hậu, con đường đi có mái để đưa hậu về cung son. Con người đã đi qua, nhưng dấu vết lịch sử còn đó. Tôi người mới lớn trên quê hương, thấy lạc loài, bây giờ vừa tìm được, mong tay bắt mặt mừng, thì Huế đã cháy, đã đổ. Tôi thấy đau, đau ngẩn ngơ, như thuở bé có món đồ chơi, rồi phải tự tay đập phá.

Chiếc cổng thành xây bằng đá tảng đi qua mát lạnh mênh mông, bây giờ đổ xuống thiểu não như một thi thể già nua. Phi cơ xuống ầm ầm, tiếng nổ, đám khói mù mịt... Huế rên lên từng tiếng não nùng, tiếng kêu la gào thét của những mái cung điện, hàng cửa sổ trên lầu Ngọ Môn. Vong linh tiền nhân còn có nơi đây? Không còn ai! Chỉ còn bức tượng đá đăm chiêu nhìn ra một sân chầu bị trốc ngược.

Trong lửa cháy người Huế dẫn nhau chạy loạn, cha cõng con, chồng dìu vợ, con bế cha, mẹ già. Tất cả bình yên đẹp đẽ, đài các của ngày xuân tan thật nhanh trong lửa đạn. Đào thêm một nhát cuốc nữa cho đủ sâu, cô gái tóc xanh hôm qua nay đầy bụi bặm, vành khăn tang quấn vội trên đầu, tay nắm chặt cán cuốc, cuốc những nhát cuốc đầu tiên trong đời để nên huyệt cho người thân. Người chết ở đâu nhiều quá, xác chết của lính, dân hay Việt cộng, chôn ở lề đường, sân chùa, sân trường, chôn ở đâu có đất. Chôn ngay chỗ ngã xuống, nằm yên lần cuối. Thôi người chết hãy ngủ yên. Thôi Huế hãy nuốt cơn đau.

Người Huế chết như trò chơi, như nằm ngủ, theo lính chạy về Mang Cá, bị B40, AK quét ngã, ở khu Gia

Hội thì do pháo binh, ở khu Đập đá chết bởi súng cối từ chùa Diệu Đế bắn về... Chết, chết ở đâu cũng có, vì đạn, vì mảnh, vì hơi ép, vì chôn sống. Một ngàn cách chết, đầu đường, góc phố, xác chết nằm cong queo, nằm thẳng cẳng, sấp ngửa, kinh hoàng, uất ức, trăn trối... Làm sao nói cho hết, làm sao nói cho cùng. Hỏi trời, hỏi đất, hỏi Thượng Đế... Tôi muốn hỏi, muốn kêu, muốn hét nhưng hình như mọi phản ứng đã thừa, đều thiếu hụt, không đủ nghĩa. Im lặng. Chỉ có tiếng than im lặng đó, chỉ có nó. Chỉ có nó vang lên, vang lên.

Phi trường Phú Bài, đoàn quân sau mười lăm ngày lửa đỏ đi trong nghẹn ngào xơ xác, không tăng viện được, chúng tôi trả lại Huế cho đơn vị bạn. Đoàn quân im nín, trong mắt mọi người đều sáng lên ánh lửa - Xin cho tôi xa nơi này, nơi địa ngục. Riêng tôi, tôi hứa rằng sẽ trở lại. Trở lại nơi đây, nơi bạn bè tôi đã nằm xuống không quan tài, vùi xuống ở khoảng địa cô quạnh bên cạnh đồn Mang Cá.

Tôi sẽ trở lại nơi đây vì tôi bỏ qua hình ảnh những gã trai hai mươi, mười chín, những cô gái muốn làm anh hùng ngã tắt, những trí thức làm dáng một lần vì mặc cảm rồi lao theo quỉ sứ. Những kẻ đó mới hôm qua còn tầm thường, còn đứng trong bóng tối, nay trở thành Uỷ viên, nay làm cách mạng, mang AK, đeo băng đỏ đi xe Honda, Suzuki, ném lựu đạn...

Ôi cái ảo tưởng anh hùng sao mà vẫn còn hấp dẫn đến thế! Tôi quên những hình ảnh lố bịch và đáng phẫn nộ đó vì tôi biết rằng ở Phú Cam, người Huế đã chống cự bằng Garant, Carbin M1 suốt mười mấy ngày dài. Họ đã chiến đấu trong dũng cảm nhất với ý thức rõ ràng về sự chọn lựa cho con người một vị thế.

Đáng lẽ tôi phải viết thêm để nói về trận đánh bi tráng và tuyệt vọng của tiểu đoàn tôi, Tiểu Đoàn 2 và 7 Nhảy Dù trong suốt mười lăm ngày, kể từ ngày mùng một và mùng hai tết... Những trận đánh từ làng Đốc Sơ nơi cầu An Hòa vào đến sân bay Tây Lộc. Những đơn vị bạn đã chiến đấu trong đơn độc không yểm trợ để chiếm cho được cổng An Hòa.

Tôi phải nói cho rõ, nói cho cùng cái can đảm thần thoại của Đại Đội 92 với quân số trên bốn mươi người, chỉ hơn một trung đội Mỹ năm người, Thành "Râu", đại đội trưởng bị thương phải chống gậy chỉ huy chiếm cửa Thượng Tứ, bị kẹt lại suốt hai ngày đói và khát. Tôi phải nói cho hết niềm kinh hoàng tột độ của thằng bạn thân - Lô - Đại Đội Trưởng 74, người cao chỉ đến một thước sáu, lưng mang máy truyền tin, vừa chỉ huy vừa liên lạc, sử dụng luôn khẩu đại liên 60 chận địch cho quân sĩ rút lui trước, bị thương gãy chân kẹt giữa hai lằn đạn trong suốt một buổi chiều.

Nhưng khốn nỗi tôi không tham dự trực tiếp trận đánh nên không thể viết trung thực được và điều giả dối ai nỡ đem vào trong văn chương. Nên nhân cảnh loạn ly tôi nói đến con người. Không nhớ có ai đã phán ra câu đại để: *"Trong gian nguy mới nhìn rõ mặt người".* Điều này đúng quá, những ngày khói lửa ở Huế, tôi mới có dịp để nhìn thấy người Huế, người của quê hương từ lâu không gặp.

Tôi có một người chú họ, chú Bộ làm cảnh sát, bị Việt cộng bắt cùng đám người công chức hoặc quân nhân, Việt cộng dẫn họ đi tải đạn và cuối cùng thì bắn chết tập thể. Chú tôi, một người chậm chạp, có thể gọi là lù đù, ngớ ngẩn vì rượu đã làm cho ông suy nhược trí óc lẫn thể xác, thế nhưng khi Việt cộng bắt đi theo vác nặng bao nhiêu ông cũng chịu đựng nổi, mặc dù một chân đã bị gãy từ trước, và đến lúc Việt cộng bắt đầu hành quyết, không biết do một sức mạnh và khôn khéo nào, ông đã trốn thoát được. Về nhà sau năm ngày lẩn trốn, ông vẫn chậm chạp và ngớ ngẩn như thuở nào.

Bác Soạn, người có ngôi nhà cạnh nhà bà nội tôi, luôn luôn đứng vào hàng ngũ những người chống đối chính phủ, bác thuộc phe phái thầy ở trên chùa, từng bị Chi bắt đem giam tại trại bài trừ du đãng mấy tháng sau vụ biến cố miền Trung năm 1966. Việt cộng vào thành phố Huế cùng với sự trở về của những thanh niên trên dưới ba mươi, lớp tuổi của những đồng chí của Ngô, Dinh... Những người bạn tôi đã trốn ra khu trong những năm trước, nay trở về với chức ủy viên này nọ. Tôi không hiểu có những gì đã biến đổi những người trẻ tuổi đó, những trí óc trẻ trung vị tha, trí thức ngày nào bây giờ trở nên những tâm hồn cứng rắn, trì trệ, hung tàn và hiếu sát.

Có gì đã biến đổi họ để ủy ban nhân dân có đủ quyết định chôn sống từng loạt người sau trường tiểu học Gia Hội? Công chức, thuế vụ, công chánh, cảnh sát... Tội ở đâu? Hay vì đã từng bắt giữ một người đi xe đạp không đèn, người ấy bây giờ làm ở uỷ ban nhân dân?! Hận thù nào để chôn sống một nhân viên công an vì người này đã một lần dọa *"bắn vỡ đầu"* một người bà con của một ủy viên.

Thật tình tôi không hiểu động lực căm thù, chính sách khủng bố nào đã chỉ đạo cho những cuộc tàn sát tập thể trên. Người Việt cộng vào thành phố, được đón tiếp bởi những kẻ nằm vùng, chính lớp người này mới thật khó chịu, hống hách, cuồng sát và thâm hiểm một cách đáng sợ. Hình như bao nhiêu mặc cảm yếu đuối, thừa thãi từ bao năm được bù trừ lại bằng vinh quang nhất thời, họ hối hả hưởng cho hết cái uy quyền què cụt trong giây lát. Họ tố người này, bắt người kia, tuyên án giết người thể như một trò đùa.

Những tên trẻ tuổi tay mang băng đỏ, lưng đeo AK, lái xe Honda lượn khắp thành phố, kênh kiệu và tàn ác như một loài thú. Điển hình như sau này xác định rõ danh tính, với HPN Tường, Phan, NĐXuân, Đoan Trinh.. Một cô gái trong ba ngày tố khổ và tuyên án gần hai mươi người. Nữ sinh viên mắt sáng, mũi cao, đẹp thật tươi, nhưng sao độc ác đến ngần ấy? Khi tiểu đoàn tôi bắt được, cô ả kháng cự lên tiếng thách thức, nhưng khi nòng súng của Sơn Bum dí vào người, cô gái mới tỏ vẻ sợ hãi. Tôi nghĩ rằng giây phút sợ hãi đó là cơn tỉnh giấc của một thời gian mộng du đẫm máu.

Những ngày ở Huế tôi còn được nghe tin Việt cộng bắt Thượng Nghị Sĩ Trần Điền và sau này chúng chôn sống ông. Tôi thuộc về hàng hậu bối, xa xứ Huế không biết nhiều về ông, chỉ biết ông qua vóc dáng một Trưởng Hướng Đạo. Ông có Đệ Ngũ Đẳng Bảo Quốc Huân Chương, khi chính quyền ông Diệm kết án ông về vụ Ba Lòng, ông đưa chiếc huy chương đó để biện minh lòng yêu nước.

Thuở ấy Bảo Quốc Huân Chương là một cái gì hiếm có chứ không phải như những anh nhà binh sau này cứ đi lính lâu năm, hội đủ điều kiện thâm niên, một vài cái huy chương văn phòng nhưng tính điểm cao hơn Anh Dũng bội tinh nhành dương liễu, cộng chung tất cả lại đủ để có Bảo Quốc huân chương, ra tòa án với các vụ lẩm cẩm như ăn cắp, thụt két, hiếp dâm, giết người vì ghen hoặc thủ tiêu đàn em vì sợ thằng nhỏ "khui" mình... thường đem Bảo Quốc

Huân Chương ra chạy tội!? Kết quả vụ án trên ông được giảm khinh.

Nhưng điều tôi nhớ về ông nhiều hơn hết là giọng nói đĩnh đạc, hùng hồn, âm thanh cuốn hút người nghe. Lòng trẻ con của tôi thuở trước mở ra nhìn ông như một vị huynh trưởng sáng giá, ông có tên rừng *"Gà Hùng Biện"* theo luật của Hướng Đạo. Bây giờ nghĩ lại, ông quả là một huynh trưởng sáng giá thật, khi bị bắt, ông thẳng thắn nhận mình là một Thượng Nghị sĩ của chế độ Cộng Hòa, ông vẫn giữ nguyên tinh thần bất khuất của một Tráng Sinh đã lên đường. Con ông là San, khóa sau tôi đi Biệt động quân, tôi nghĩ rằng với uy tín ở miền Trung ông có thể *"chạy"* cho San về một chỗ ở văn phòng, nhưng ông không làm như vậy, San đã đánh trận đánh đáng tiền nhất của Vùng I Chiến Thuật năm 1965 - Trận Ba Gia.

Ngày Việt cộng phản công chiếm lại đồi, tiểu đoàn San bị tổn thất nặng, thoát chết chạy về Đà Nẵng ngơ ngác như một bóng ma. Thuở nhỏ, tôi muốn được hãnh diện của San, con của Trưởng Điền, *"Gà Hùng biện"*. Bây giờ ông chết như một người Hướng Đạo sinh trong sạch từ tư tưởng, lời nói... Hãy cho tôi chia sẻ cùng vinh dự này.

Người Huế thuở xưa đã thực hiện một chiến công không thành nhưng biểu lộ cách can đảm hùng tâm, dùng sức người vây hãm, tấn công vào khu Morin của người Pháp trấn giữ đầy vũ khí. Mùa xuân năm nay cũng vậy, những con người bình thản như dòng sông kia đã chịu đựng nghiệt cảnh bi thảm không biên giới, và họ đã chiến đấu hết sức của một người. Khu Phú Cam, bằng Garant và Carbin M1, thanh niên và lính chuyên môn ở các trại quân cụ, công binh đã chống cự với Việt cộng cho đến ngày cuối cùng. Và tôi nghĩ rằng hình ảnh bi tráng nhất của chiến tranh này là trong buổi Huế điêu tàn người Huế đã hát quốc ca khi lá cờ Vàng dần lên cột cờ loang lổ dấu đạn... Người Huế đã cất cao giọng hát trong gió lạnh, hòa mưa bay khi nước mắt lăn dài trên gò má. Huế ơi! Quê Hương! Tôi muốn khóc hôm ấy. Tôi muốn khóc biết bao nhiêu...

Tháng 2 năm 1968
Huế-Mậu Thân

HẬU TỪ - MẬU THÂN HUẾ, 1968

Từ trên trực thăng ở Quảng Trị đổ về Huế trong ngày Mồng Bốn Tết Âm Lịch anh đã thấy ra một Thành Phố Huế chết lặng. Người Huế chết khi ẩn núp sau những gốc cây bị pháo, hỏa tiễn cộng sản bắn lật ngược, cạnh hàng hàng rào chè cháy xém; trên lề đường với mỗi viên gạch đồng bị vỡ vụn, nơi sân nhà trước chiếc bàn thờ xiêu đổ.. Người chết đang quỳ lạy ông bà, với áo mới thấm máu, xé rách, con trẻ còn cầm trong tay bao đỏ tiền lì xì đầu năm... Tuy nhiên cảnh chết của Huế không chỉ xẩy ra trong khu Thành Nội, trên đường Mai Thúc Loan, Đinh Bộ Lĩnh, khu sân bay Tây Lộc, ở những cửa thành Thượng Tứ, Đông Ba...

Chết ở Huế trùm khắp, mọi chốn, tại mỗi phân đất tại vùng Bãi Dâu, bên cạnh Sông Hương, nơi sân Trường Gia Hội, Chùa Áo Vàng... Và sau ngày quân Cộng Hòa chiếm lại Kỳ Đài, đám cán binh cộng sản gồm du kích, nội thành, và bộ đội miền Bắc bị đánh bật ra khỏi khu cố thủ Gia Hội, trên đường rút lui mang theo những tù nhân vốn chỉ là con trẻ vị thành niên, người già, phụ nữ. Những đối tượng làm con tin cho lần tháo chạy. Thế nên cuối cùng, thì cảnh chết, sự chết đã hiện thực, vượt khỏi sự tưởng tượng của bất cứ ai còn có Nhân Tính — Bởi người Huế đã tiếp bị thảm sát do những kẻ cùng chung khu phố, chung xóm nhà cư ngụ.

Không sót một người.

Không trật một người.

Người Huế bị giết do một Sự Ác được ngụy danh là "giải phóng", để *thỏa* mãn mặc cảm vô dụng, hèn kém của những kẻ gọi là *"trí thức cách mạng",* điển hình đặc chất Huế như Hoàng Phủ Ngọc Tường, Hoàng Phủ Ngọc Pham, Nguyễn Đắc Xuân, Nguyễn Thị Đoan Trinh, Tôn Thất Dương Ky...

Người Huế chết chật hết những bụi lùm ở Khe Đá Mài vùng núi Ngũ Tây; sùm sụp bước chân của đoàn người tìm kiếm trong những ngày hè cùng năm năm 1968. Hơi thây chết bốc lên theo nắng đầu hè miền Trung ong óng như hờn oan.

Nhưng hỡi ôi! Chết ở Huế cũng chưa đủ cho cuộc đau thương của người Việt. Người Việt miền Trung chiếm đầu bảng đầu oán hận. Không phải đợi dài lâu.

Nghĩ về một kẻ thù kiệt lực

Xe chạy, bỏ Sài Gòn về An Phú Đông lòng không chút hứng thú. Sài Gòn thành phố nóng bức bụi bặm không xứng đáng gợi nên một chỗ xuất quân. Xe lính đi vào trận đánh ngang qua đường phố, đám đông hững hờ xa lạ, chẳng ai lưu ý đến đoàn người gươm đao. Những cau mày bực dọc... Xe nhà binh bụi quá! Mới Mậu Thân đây, máu của chúng tôi đã đổ ra cho Thủ đô bạc bẽo này. Về phần tôi vì một chuyện lầm lẫn, phải đổi về đơn vị mới không thích hợp, tôi muốn trở về Tiểu Đoàn 7 Nhảy dù, đơn vị đầu tiên, nhưng bây giờ phải ở với Tiểu Đoàn 2, lòng thật khó chịu.

Không phải tôi chê gì tiểu đoàn này, đây là tiểu đoàn đánh giặc hách nhất của sư đoàn Dù, đánh ác liệt như Tiểu Đoàn 5 trong năm 1965, nhưng vì ở đây tôi không có bạn thân, yếu đuối là điểm nầy, luôn luôn phải có người thân sống cùng bên cạnh tôi mới linh hoạt được. Hơn nữa tiểu đoàn này đóng ở Sài Gòn, thành phố tôi ghê sợ đến đến xương cốt. Xe chạy trên đường lồi lõm đá, hai bên hàng dừa xanh, đến xã Thạnh Lộc vòng xuống để vào An Phú Đông. Bộ chỉ huy tiểu đoàn đóng quân bên cạnh đường liên tỉnh lên Lái Thiêu, các đại đội chia nhau rải đều khu vực. Tuần lễ đầu qua, các đại đội tuần tiểu lục soát, sáng đi chiều về chỗ đóng quân, tối lập hội, hội nhậu rượu. Từ bao lâu nay tôi đã luyện được biệt tài về tổ chức ăn nhậu, dù thiếu thốn cực khổ đến thế nào, rảnh rỗi tôi vẫn tổ chức được những cuộc ăn nhậu nổi đình đám bằng tất cả khôn khéo và thông minh - Nghề của chàng!!!

Trong đời về mục ăn uống, tôi nghĩ chỉ thua mỗi mình ông Tản Đà, vì ngay những ngày tang thương rách rưới ở Bồng Sơn, bữa tiệc cũng có đủ tiết canh vịt, vịt trời hầm đu đủ, cá chép hấp. Quảng Điền, với những màn heo sữa quay, sườn chó nướng được thực thi đến mức tối đa cùng chục lít rượu nếp cẩm. Trong thống khoái hơi men với sự nhốn nháo một đám bạn bè, người cởi trần ngồi dưới một hàng mướp xanh, tôi thỏa thuê như con cá trong giòng nước. Những lần say rượu dưới chân núi Ngũ Tây, hòn núi đằng trước ngọn Ngự Bình Huế, gió thổi tiếng thông reo... Cơn say của mùa đông ở quận Phong Điền, trèo lên mái nhà cởi áo đứng hát trong đêm, hát thật to nhưng nghe buồn buồn những câu... Đại bác ru đêm... Trong khi Hiến *"Chó xù"* ngồi gảy đàn buồn chảy ra nước, gió miền Trung cuối năm lạnh giá và đại bác từ quận bắn đi xa...

A! Những cơn say tuyệt đỉnh trên dòng sông Hương, đêm trung thu mờ mịt mưa giăng, ánh đèn dưới cầu Gia Hội chênh vênh vàng vọt, nằm trong khoang thuyền bồng bềnh tưởng người như tan biến vào cơn mưa. Này cơn say thần tiên ở Darkto, đêm mù mù sương muối, căn phòng đầy những tiếng hát buồn phiền khê nặc vang lên như một tiếng kêu thê thảm. Những ngày ở An Phú Đông này tôi lặp lại những cơn say. *"Đời là cơn say dài"* - Từ khi tôi phán ra câu này, chúng *"anh hùng"* lấy làm một sự cảm phục. An Phú Đông, chiều trong hàng dừa, hàng chục chai bia ướp lạnh được uống vào với tận cùng thoả thuê, cá lóc nướng, tôm luộc, những cọng ngò gai thơm phức, những lá mùi xanh mát. Tôi đẩy mạnh cơn say lên tột đỉnh thênh thang.

Những ngày bình yên đã hết. Tiểu đoàn nhận thêm khu vực trách nhiệm ở phía tây và bắc xã Thạnh Lộc, dọc theo rạch Bến Cát. Việt cộng một phần của chủ lực đã tấn công vào Sài Gòn trong dịp Mậu Thân cùng với lực lượng mới được tăng cường (xâm nhập từ vùng An Điền, Lái Thiêu tới) đang ẩn trốn ở vùng này, lực lượng này phải cố bám vùng ven đô để sau này dẫn đường cho những đơn vị khác tấn công vào dịp công kích đợt hai.

Tiểu đoàn bắt đầu đụng địch. Sáng đi vào phía tây, cách con rạch khoảng năm trăm thước chạm ngay, súng nổ, lực lượng địch không đông nhưng vì không thể rút đi họ phải đóng chốt, trụ lại. Sau lưng là rạch Bến Cát, rạch Sơ Rô bên trái, dọc phải, một chiếc rạch lớn khác, Việt cộng như con thú bị kìm chân, phải đào hầm thật sâu, phòng thủ kiên cố và cố gắng tránh né chúng tôi tối đa. Nhưng các đại đội chúng tôi đã đến quá gần... Năm thước, bảy thước, họ bắt buộc phải nổ súng. Lính đứng lên xung phong, không được, sình ngập đến háng không thể rút chân để bước thêm một bước, người bị thương nằm cách gang tấc không thể rút về. Ta với địch cách nhau chiếc mương ba thước! Lùi ra xa dội bom. Bom đánh không trúng.

Vào lại, anh Khiêm chết. Khiêm, người sĩ quan khóa 17, gã đàn anh tôi chịu nhất trong đám huynh trưởng, thông minh, phóng khoáng và khôi hài hóa tất cả mọi chuyện. Điểm này hợp với tôi quá, tưởng tượng một cảnh tranh luận nào đó, chỉ cần Khiêm với tôi cũng dư sức quật ngã bất cứ một loại mồm loa mép giải nào.

Nhưng anh Khiêm đã chết, chết như thể một câu khôi hài của thường ngày, chết như một cơn đùa trong buổi nhậu. Tôi nghe qua máy truyền tin tiếng của Khiêm:

- Trình đích thân (Tiểu đoàn trưởng), tụi nó bắn tùm lum chưa lên được, đích thân để tôi "nhẩn nha" thì tôi mới tóm được... Súng tụi nó bằng sắt cơ mà!

Thế rồi im bặt, người hiệu thính viên run run báo cáo:

- Đại đội trưởng tôi bị... thương... Chết rồi!

Tôi đem xác Khiêm về sau, mắt anh đã nhắm... Những chiếc râu xanh lởm chởm ở cằm người chết linh động như của đời sống đang còn thở. Nhưng anh chết thật. Rút quân ra ngày mai vào lại.

Quân vượt qua chiếc rạch nhỏ, dàn hàng ngang lội thật nhanh, hết chiếc rạch đến bên kia là vườn cau, gắng lên! Ba người lính lên bờ trước đứng dậy. Một loạt đạn nổ dòn... Hai bị thương. Tôi đang ở trong rạch lúng túng băn khoăn, cả đại đội nằm trong nước bùn im lặng, một cây nhỏ lung linh, người lính đeo máy nằm bên cạnh tôi trở mình, loạt đạn bay đến, những nhánh dừa nước rơi tung tóe. Bực mình quá tôi nổi liều, cầm trái M72 đứng lên... Chiếc hoả tiễn công phá được phóng đi, một tràng đạn đáp lễ lại xé rách chiếc quần... Đ.m.... Hầm tụi nó phá không nổi! Hỏi ý kiến Đại úy Liên, tiểu đoàn phó. Cho rút lui vòng tay phải đánh lên? Đồng ý. Tôi cho đại đội lui từng người một. Lẩm bẩm chửi thề.. Mẹ cha chúng mày còn một tí người cũng đòi dở chuyện. Vòng phía phải thật nhanh qua khu vườn mía, bao quanh đánh vào, Việt cộng bỏ chạy để lại ba xác chết nằm thẳng cẳng.

Đúng như tôi ước đoán, Việt cộng ở đây chỉ còn khoảng một đại đội, nhưng một đại đội rải rác khắp một vùng rộng lớn được phân tán thành những tổ nhỏ, có nhiệm vụ phải bám thật chặt các bờ kinh, bờ rạch. Họ có đủ súng trang bị cho cả tiểu đoàn, cối 82 ly, 60 ly, đại liên 12 ly 7 vũ khí của lực lượng lớn nhưng quân số chỉ còn lại khoảng một đại đội, phân tán chui rúc vào những chiếc hầm kín đáo ngập đầy nước, trên có nắp, ngụy trang thật kỹ, ba lỗ nhỏ nhìn ra ba phía, lối vào hầm phủ đầy lá cây, thân dừa nước. Việt cộng chỉ còn có thế, nhưng họ không được lùi, không được thoát, phải bám thân chặt chiếc rạch để chết, cái chết chắc chắn sẽ xẩy đến theo thời gian! Tại sao? Có gì đâu... Họ kiệt lực, trăm phần trăm kiệt lực. Trung đoàn 101 đánh vào Tiểu Đoàn 5 Nhảy dù ở Tân Thới Hiệp, Hóc Môn suốt ba ngày không nuốt trôi được tiểu đoàn này, nhả ra và chạy về đây. Thành phần tấn công Gò Vấp, Xóm Mới hôm Tết, thất trận cũng chạy về đây...

Tan nát, thiếu thốn, suy sụp nhưng họ biết rút về đâu nữa? Đường giao liên phải vượt sông Sài Gòn, một mục tiêu lộ liễu dưới phi cơ và tàu hải quân quan sát tuần tiểu thường trực. Cán bộ nằm vùng, dân chúng có cảm tình đã bị lùa ra khỏi vùng. Họ bơ vơ, lang thang, lếch thếch như một đám ma đói khát tuyệt vọng. Nhưng lệnh trên đã bắt buộc: phải bám sát địch, bảo toàn lực lượng để chuẩn bị tổng công kích đợt II! Tham vọng và nhu cầu chính trị đã quên mất con người trong hoàn cảnh nghiệt ngã. Súng cối, đại liên được moi lên từ vườn dừa, đám ruộng, tiểu đoàn phó, y sĩ trưởng, đại đội trưởng súng nặng bị bắt, hồi chánh hay bị tử thương. Việt cộng bị chúng tôi ép vào một thế đường cùng.

Nhưng qua tháng Năm, Việt cộng cũng mở tổng công kích đợt hai, và kết quả như đã xẩy ra. Các anh bên kia, tôi muốn nói thật với hết cả chân tình trong lòng: Các anh đã hết sức. Sức mạnh huyền hoặc của Điện Biên thuở xưa không còn giá trị lúc này nữa. Các anh ôm mộng giải phóng, nhưng giải phóng cho ai? Các anh lao đầu vào cái chết với mục đích gì? Để chiến thắng? Ôi cái ảo tưởng đó, giờ này các anh vẫn coi là sự thật sao? Các anh lấy gì để chiến thắng? Vũ khí, nhân mạng bị thiệt hại đến độ vô chừng.

Nhưng các anh vẫn chiến đấu, điều đó đã xảy ra và đang xảy ra thật đau xót. Vì những người chỉ huy của các anh, những Võ Nguyên Giáp, Nguyễn Chí Thanh vẫn nghĩ rằng các anh đang thắng, những người đó muốn chứng tỏ mình là một thứ ngoại hạng, tay kiệt liệt, tinh hoa của dân tộc, kết tụ của thông minh và thiên bẩm, loại *"thiên tài chỉ huy"* của cả dòng dân tộc un đúc. Ôi chính vì những người chỉ huy *"thần thánh"* đó tin rằng có chiến thắng và các anh đã phải chiến đấu. Các anh còn phải chiến đấu để cho đám phù thủy chính trị đặt những lá bài tháu cáy lên canh bạc hòa đàm - Những món tiền giấy trả bằng xương và máu của các anh. Lá bài tráo trở bảo chứng bởi quả tim hồng mơ ngày dân tộc được giải phóng. Các anh giải phóng hay làm điêu linh tổ quốc và hủy hoại cuộc sống? Các anh thật đáng tội nghiệp.

Sau này tôi còn chứng kiến thêm nhiều lần các anh *"thừa thắng xông lên"*, những cao điểm, những chiến dịch Đông - Xuân, Hè - Thu mà thực ra chỉ là một loại lịch trình đã soạn thảo do một thứ chỉ huy u tối mê muội ảo tưởng của quá khứ và sách lược chính trị bỏ quên con người. Làm sao để có thể gọi là cuộc tấn công lớn của một cao điểm khi một đại đội của các anh chỉ còn trên dưới bốn chục người, mặc dù đủ vũ khí, bốn mươi người của các anh phải bố trí trên một trận tuyến dài hơn cây số, ba người một chiếc hầm, chui rúc ẩn trốn, gạo rang nước lã, bị thương cắn răng xuống chịu đựng, tự buộc vết thương bằng miếng vải rách và dòng máu tươi chảy ra, mặt xanh tái nhợt, nhạt sức sống từ từ tắt lịm khi bàn tay mở dần, mở dần phơi dưới ánh mặt trời những đường chỉ tay bất hạnh.

Các anh chiến thắng ở đâu? Khi xác chết của các anh nằm lêu bêu vất vưởng suốt một vùng từ An Phú Đông lên đến Thạnh Lộc qua Tân Thới Hiệp, những xác chết trần truồng, co quắp, tênh hênh, chương sình thối tha đầy dòi bọ bên gốc dừa, sau liếp cửa, trong đụn rơm... Các anh chết ở đâu nhiều quá, lũ chó hoang tha hồ thỏa thuê với những phần đùi còn tím máu, chiếc đầu bị cấu xé dành giựt, từng tảng tóc xanh kéo lê lết trên khắp một vùng. Các anh đã chết trên một địa danh thật mỉa mai: An Phú Đông... An Phú Đông nơi rừng dừa xanh vang tiếng súng... An Phú Đông nơi sử Việt viết trên máu hồng. Địa danh này các anh đã một lần thần thánh hóa, địa danh các anh đã xếp vào huyền thoại như sông Lô, Điện Biên.

Các anh ở bên kia ơi, dòng đời đã thay đổi, những chiến thắng người Pháp thuở xưa đâu phải là yếu tố làm nên thắng lợi hôm nay. Bây giờ các anh đối diện với chúng tôi, một lũ *"ngụy"* nô lệ đánh giặc mướn, tay sai ngoại bang... A! Nhưng các anh có tự do nào? Đầu óc đầy thù hận cuồng tín được dẫn dắt vào mục tiêu không tưởng, vô vọng. Mục tiêu được thiết kế, hoạch định từ trí não những lãnh tụ bị bao cứng bởi hào quang quá khứ, những người có lòng tin tưởng què quặt rằng, chính mình, một loại siêu nhân mà lịch sử dân tộc cần đến... Chúng tôi chiến đấu trong bi đát nhưng vẫn còn tự do nơi trái tim, trong khi các anh chỉ là một lũ người máy mê muội sâu vực đen của ảo tưởng. Tệ hơn nữa - Một lũ người máy bất lực.

Tháng 3 năm 1968
An Phú Đông, Gia Định

trong rừng cây lá xanh

Chiến dịch mở được một tháng, đêm đầu tiên, một ngày đầu của tháng mười một, đóng ở ngã ba quận Xuân Lộc, nơi Quốc Lộ 1 và đường liên tỉnh đi Bình Giả gặp nhau. Đêm thật lạnh, đây là cực bắc của miền Nam và cực Nam của miền Trung. Bụi mù đất đỏ, rừng cao su xanh thẩm và hơi núi lạnh se sắt. Đã lâu lắm tôi không được hưởng cái lạnh này, mùa đông của miền Trung như kéo dài, xâm chiếm vào miền Nam nắng đỏ. Quốc Lộ số 1, đường ra Phan Thiết, sông Phan... Bao lâu tôi không đi trên quãng đường này.

Thuở mười bốn, mười lăm, tôi đã thân thiết con đường sắt chạy hun hút về phương nam, mỗi buổi chiều ở ga Đà Nẵng, tàu Sài Gòn ra lúc bảy giờ tối, trong nắng chiều chập choạng con tàu uể oải lười biếng như gã giang hồ tìm về nhà trọ, đi vào sân ga sau khi đã quành vòng để trở đầu về phía đèo

Hải Vân. Tôi ngồi trên bãi cát ở nghĩa địa nhìn hành khách từ phương nam đến, mơ ước những chuyến đi xa, thật xa và để đến chiều bước vào một thành phố lạ trong ánh nắng cuối của ngày. Con đường sắt xuyên Việt, Quốc Lộ số 1 đối với tôi từ thuở bé đến bây giờ vẫn là những sinh vật linh động có tâm hồn, hơi thở, thân thích đầy kỷ niệm.

Buổi chiều hôm nay, tôi thấy lại cảm giác bâng khuâng khi đọc trên trụ cây số ở vệ đường: Nha Trang - 526 cây số... Tưởng ra, thành phố có nắng tươi như lá non, những ngày bắt đầu lớn. Ngồi ở trụ cây số nhìn con đường chạy hút mất xa như tìm lại người bạn đã lâu không gặp, một gã bạn giang hồ luôn luôn bị hoạn nạn nhưng sẵn sàng lao người vào vùng đầy gió bão. Quốc Lộ 1, người bạn trong cơn đau ốm của quê hương. Trăng thượng tuần mọc ở góc trời, ốm yếu như người khốn khó...

Từ ngày đầu tiên của cuộc hành quân, chúng tôi bỏ Quốc Lộ 1, tung quân hoạt động trong khu tam giác giới hạn bởi ba con đường, Quốc Lộ 15, đường liên tỉnh Bà Rịa - Long Khánh và đường Long Thành (Biên Hòa) - Long Giao. Bộ chỉ huy hành quân tiến dọc theo con đường đất đỏ chia đôi khu vực trên. Con đường chạy từ sân bay đồn điền ông Quế ra đến Long Thành thẳng góc với trục giao liên của Việt cộng từ sông Đồng Nai đến mật khu Hắc-Dịch.

Một tháng trời đã qua, bây giờ chúng tôi tiến sát Quốc Lộ 15, cách quận Long Thành mười lăm cây số đường chim bay. Bộ chỉ huy hành quân thiết lập trung tâm hỏa lực và tung các tiểu đoàn hoạt động sâu về hướng Bắc, khu vực đồn điền An Viên, làm thành phần an ninh xa cho các căn cứ quan trọng của Mỹ. Tình hình quân sự được xem là yên tĩnh, chỉ chạm địch nhẹ cấp trung đội, ngoại trừ lần tấn công để thử sức của một tiểu đoàn địch vào vị trí đóng quân của Tiểu Đoàn 5 Nhảy dù.

Địch thất bại và từ đó tránh né hẳn với lực lượng chúng tôi. Tôi mất niềm thú vị nhẹ nhàng mỗi khi đêm xuống vì rút gần về Biên Hòa độ lạnh giảm theo, đồng thời sự giao dịch Việt - Đồng Minh càng ngày càng tệ. Lẽ tất nhiên từ lâu chúng tôi đã không khoái vụ *"cố vấn Mỹ"*, nhưng vì đấy là cái nợ bắt buộc phải chịu đựng, nay lại thêm vài chú Úc nữa thật khó chịu đành lòng.

Chúng tôi là lính Nhảy dù, không tự kiêu, nhưng chẳng một ly tự ty nào với họ. Anh đại úy thâm niên nhất đám đi lính không đầy mười năm; ở lính lâu thì cũng chẳng có gì là quan trọng, nhưng nếu so sánh hai anh lính, dù khác từ màu da, quốc tịch, quân đội... chúng tôi, người lính Việt Nam có kẻ gần hai mươi năm, kẻ sớm nhất cũng vài năm được trui luyện trong một cuộc chiến tranh ngặt nghèo lẽ tất nhiên hơn hẳn, hơn xa hẳn loại lính con nhà giàu bất kỳ Anh, Mỹ, Úc hay gì gì đi chăng nữa.

Chúng tôi biết rằng khi đề cập đến khả năng để chỉ huy những lộ quân lớn với hàng ngàn công việc rắc rối về thiết kế và yểm trợ, chúng tôi chắc sẽ thua mấy anh ngoại quốc. Nhưng nếu kể đến khả năng từ tiểu đoàn trưởng trở xuống trong trận chiến du kích này, các anh da trắng chỉ có thể là học trò mà thôi. Thế thì cố vấn cái gì...

Nỗi bực mình từ đấy cứ tăng lên. Xin trực thăng tải thương, viên thiếu úy Úc hỏi từ A đến Z... Ai? Bị thương giờ nào? Tọa độ? Bị thương nặng nhẹ? Ở đâu?... Gần hai mươi câu hỏi được hỏi một lúc, ghi ghi chép chép, mã hóa (1) hết cả thảy bản văn rồi mới lấy máy ra liên lạc. Một giờ trôi qua mới đủng đỉnh trả lời: *"Có thể có trực thăng và không biết địa điểm di tản thương binh về đâu!"* Ai có thể chịu được? Tàu bay đến tản thương được một người, tôi mệt mỏi như chính mình thọ nạn. Hai ngày sau, hậu cứ hỏi di tản thương binh về đâu? Bố da trắng ngú ngớ như thằng ngọng, xong thật vắn tắt: Không biết. Không biết thì cắn răng mà chịu, chỉ có được chửi thề một câu.

Sắp đến Noel rồi đấy. Noel, có một cái gì ấm áp đôn hậu bềnh bồng trong linh hồn. Tôi là kẻ ngoại đạo, nhưng đêm Thiên Chúa ra đời vẫn choáng ngập trong lòng một niềm hân hoan mới lạ. Âu cũng là lộc đời. Nhớ lại những Noel thửở bé, bảy tuổi đứng trông rừng lồng đèn của khu nhà thờ, chiếc áo len mới đan ấm áp và từ trong nhà thờ tiếng hát dặt dìu như cánh bay của thiên thần, Noel của những năm mới vào lính, nằm ở rừng Tân Phong với Hải, thấm thoát thế là bao nhiêu lâu... Thôi, tôi đã vào một tuổi già. Một người đi gần đến bên tôi:

- Có thư của em gái hậu phương gửi ra, ông có đọc không?

- Đưa tôi xem thử...

Đây là loại thư của các trường học cứ đến dịp lễ, Tết, bắt buộc học sinh phải viết trong giờ hiệu đoàn để gởi cho lính, một anh lính vô danh ở một nơi xa xôi - Cung cách yểm trợ tinh thần cho lính của Chánh phủ, giây liên lạc giữa học đường và quân đội. Thửở xưa tôi cũng đã khó nhọc vì viết những lá thư như vậy. Xem thử ra sao?

Bây giờ trong lòng tôi là một cơn giận, giận ghê gớm, lá thư thay vì có những ý tình ngây ngô vụng về hay một vẻ khôn ngoan thơ dại như tôi nghĩ, nhưng không phải là như vậy. Thư này của một em xưng là học sinh Đệ Nhất (Nghĩa là đã đậu xong bằng tú tài I rồi) của trường Lê Văn Duyệt. Em viết thư để tỏ ra mình là một người lớn xưng tôi và gọi: Anh lính. Tóm tắt bức thư nói rõ cái bực dọc của kẻ bị bắt buộc viết thư cho một người không xứng đáng với mình - Một anh lính tồi tàn ở một nơi nào đó không biết. Thoạt tiên thì tôi giận, giận cùng mình... Học Đệ Nhất, thì mới là lớp của em út tôi, già lắm là hai mươi tuổi, thua tôi mười tuổi, một thế hệ... Thế mà nó lên mặt cao ngạo, trịch thượng, nếu không nói là mất dạy. Nhưng rồi xét cho cùng, tôi không trách đứa con gái nhỏ đó. Tôi không trách cứ, vì trách nhiệm là tầng lớp của cha mẹ, thầy giáo và xã hội đang nuôi dưỡng và giáo dục lớp tuổi cô bé đó.

Tại sao cô gái nhỏ đó khinh lính? Vì từ học đường kéo ra đời sống bên ngoài, ngay cả đến cơ quan Chiến tranh chính trị quân đội có ai vẽ được chân dung đích thực của người lính Việt Nam? Chỉ có loại lính bột, lính kiểng, lính không có xương, giống như hình ảnh của hai em bé tặng một cành hoa hạng bét cho một anh lính văn phòng, tóc để dài như kép hát, mang áo giáp một cách vụng về, bức ảnh được chụp tại một doanh trại ở Gò Vấp, nhưng được ghi chú *"Xuân ở tiền đồn"*...

Làm gì có loại lính Nhảy dù *"nhảy xuống đất chơi"*? Nhảy một saut là một điều nguy nan, saut thứ ngàn lẻ vẫn có tai nạn như thường... Nhảy tim sẽ to lên vì máu bị dồn mạnh, đứng đợi ở cửa máy bay người bị đun vào trong một vùng hờ hững mênh mông. Đó chỉ là kỹ thuật, huống gì nhảy một saut hành quân là bán hẳn đi phần số tuổi thanh xuân. *"Thiên Thần Mũ Đỏ"* cái tước vị này nếu dùng thật đứng đắn mới có giá trị kích thích niềm hãnh diện trong lòng người lính, chứ dùng như một vật công cộng, một thứ đầu môi chót lưỡi, thì hình ảnh người lính Nhảy dù còn là gì? Làm gì có những người lính *"viết thư dưới trăng đại dương"*, làm gì có hoa sóng, hoa rừng... Một ngàn lần, tôi đoan chắc như vậy không có loại lính kể trên. Nó chỉ qua hình ảnh của mấy anh kép hát...

Tôi cũng cả quyết rằng hình ảnh người lính Việt Nam không phải hình ảnh của anh kép cải lương mặc áo lính in trên bìa bản nhạc, cũng không phải là hình tượng của các cô gái nhỏ làm thơ đăng ở báo Văn Nghệ Tiền Phong... Vậy trách đứa con gái nhỏ đó làm gì? Cả xã hội này còn ngộ nhận, xa lạ với chiến tranh và người lính huống gì một đứa trẻ chưa rời lớp học. Nhưng rồi trong một tương lai thật gần, cô con gái nhỏ đó có cha, có chú, một người anh, một người yêu ở Quang Trung, Thủ Đức. Em vào đấy thăm và sẽ biết... Em sẽ chờ đợi một lá thư, một ngày phép. Một năm sau, người thân đó trở về như một con thú, như kẻ điên, kẻ xa lạ với loài người từ lâu lắm... Khi đó em sẽ hiểu và chắc rằng em phải hiểu rõ hơn lúc người thân của em được gửi về trong chiếc túi ny lông. Lúc đó em ắt biết thế nào là Người Lính. Chắc chắn như thế, cô gái nhỏ ạ.

Tháng 12 năm 1968
Long Khánh

Người chỉ huy về già

Có thể nói sếp cũ của tôi là một ông già, già nhất trong những người giữ nhiệm vụ chỉ huy đơn vị tác chiến. Ông đi lính từ một thuở thật xa, lâu lắm, cách đây hơn hai mươi năm lúc quân đội chỉ độc các loại commando, Lê-Dương, Nhẩy Dù thuộc địa... Đánh nhau bằng súng mút-cờ-tông từng phát một hay những cây FM đầu bạc bắn gật gù như ông già ho lao. Lúc chiến tranh còn nằm tít trên biên giới Lào - Việt - Trung, trận đánh toàn một cách xung phong ầm ầm, ào ào để giữ những làng, thị trấn mang tên lạ hoắc như Bản Hiu-Siu, Mường Phen, Thất Khê...

Ông già sếp tôi thuở đó khởi nghiệp nhà binh với lon Cai ở Commando. Không rõ những ngày ở đơn vị đó ông có những gì đặc biệt, chỉ biết ông ta nhắc lại đoạn đời qua bằng một câu thật gọn: Cai thật trẻ... Giọng Bắc Kỳ khàn khàn xuống mạnh vào chữ mang đầy kiêu hãnh và tự tín. Tước hiệu *"cai thật trẻ"* hình như là nỗi hãnh diện đầu tiên và đích thực nên sau này khi đã đóng đến lon *"quan Năm"*, lúc say rượu, dù cơn say vào độ tơi bời tàn khốc, ông vẫn còn nhớ được: *"Tao là Cai Hùng, đếch phải là trung tá cái củ c... gì ráo..."*. Cai Hùng! Cai Hùng! Một tuổi trẻ gió bão nào đó đã đi qua.

Lúc tôi đến đơn vị này, ông năm mươi tuổi; năm mươi tuổi để tất cả đầu tóc bạc trắng và những nếp nhăn cày sâu trên mặt, nhưng ông vẫn còn nguyên vẹn thái độ nồng nhiệt đối với đời sống của ngày trai trẻ. Thời gian về trước ông đã nổi tiếng với những câu chuyện như sau: Quan Ba Nhảy dù nhưng vẫn đánh một chiếc xe đạp thổ tả cọc cà cọc cạch rong chơi với một con gà ở đằng sau porte-bagages. Thú nuôi gà của ông đã lên đến cao độ đến nỗi ông ta mang biệt hiệu *"Hùng gà chọi"*. Nghe tiếng một con gà nào đó ở Bà Điểm nổi danh vì ngón đòn, ông lọc cọc chiếc xe vượt qua một quãng đường dài lồi lõm sống trâu để chứng kiến cho được ngón đòn của gà...

Hãy nghe ông *"luận"* về gà: Nó là một guerrier, đấy là một combattant, không bao giờ lùi không bao giờ chịu thua... Đến chữ *"thua"* ông đưa một quả đấm lên trời, mắt long lên sòng sọc. Đúng là hình ảnh của một con gà chọi. Chẳng hiểu thằng nào gán cho ông cái biệt hiệu thật đúng phong phóc!!! Nó là một tay gan lì! C'est un type! Dù có bị đánh lê nhê, máu me đầm đìa, hắn ta vẫn nhẫn nha chiến đấu... Có con gà bị đánh mù mắt, hắn ta mù nhưng vẫn lừa đối thủ để kẹp lấy chiếc cổ và thế là a-lê-hấp nó phản đòn ngay. Ông có thể luận về gà đầy đủ chi tiết, nhại lại thế đứng, một ngón đòn hay của con gà... Không có gì phải bất tiện, hai tay là hai cánh gà, hai chân biến thành một cặp chân tưởng như có đủ cựa nhọn, đầu cúi xuống, ông diễn tả nhiệt tình và chi tiết hấp dẫn của mỗi trận đấu.

Thế giới loài gà nếu biết được sự ái mộ nồng nhiệt đó chắc hẳn không bao giờ buồn phiền nếu ở trong trường hợp *"à la casserole"* hay *"à la gamelle"*... sau khi bị thua trận. Sau đá gà là rượu, rượu là nước của ông, chiếc bi-đông sau lưng bao giờ cũng đầy rượu đế ngâm vài cục đường phèn. Nhấp một tí rượu, cắn một miếng cóc nhỏ là đủ sức đi thêm một đoạn đèo, vượt một rặng núi. Dừng quân, cởi chiếc nón sắt, ông rút bi-đông làm ngụm rượu, đốt điếu thuốc, loại thuốc đen Mélia hay Bastos ngồi lim dim đôi mắt...

- Trung tá có ăn cơm không?

Anh lính cần vụ lân la đến hỏi.

- Tớ đ... cần!

- Trung tá có mệt không?...

- Mệt chó nào được, ngày rút từ Lào về tớ chạy bộ suốt bao nhiêu ngày đêm cũng chẳng bõ bèm gì...

- Chết mẹ... - Tụi lính xì xào...- Ông già lại nói chuyện Bản Hiu-Siu thì chết cả lũ!

Đúng ngay bong! Ông bắt đầu kể chuyện Bản Hiu-Siu ở bên Lào...

- Lúc đó tớ là thiếu úy, ban đêm Việt Minh ùa vào, dây kẽm gai giăng thấp chừng này, lính Bayonnette au canon! À la grenade... En assaut... Việt Minh lùa vào, mặc, tớ cứ tương lựu đạn đều đều...

Ông ta đứng dậy ngay trên sườn núi biểu diễn thế ném lựu đạn và đâm lưỡi lê, ngừng một chút để hớp thêm tí rượu. Thiếu tá cố vấn Mỹ đến hỏi một điều gì đó, ông cụt hứng gắt um:

- C... Đ.m. cứ lẩm cà, lẩm cẩm cả ngày...

Anh cố vấn de lui, mặt mũi thộn ra trông "quê" một cục. Ở Phú Thứ, Thừa Thiên năm 1967, ông chỉ huy tiểu đoàn tôi cùng Tiểu Đoàn 7 Nhảy dù tiến đánh vào khu giải phóng của vẹm, lúc Tiểu Đoàn 7 đụng trận, ông đứng trên thiết vận xa nhảy cỡn lên vì thích thú...

- Đấy, tớ biết ngay, các chú (Việt cộng) đang ở chỗ này, nhất định là ở chỗ này... Thằng Bảy đụng ở đây, tớ dàn cậu (chỉ tiểu đoàn trưởng tôi) ở chỗ này là đi đoong đời các chú, tớ nghiền... Nghiền nát các chú ấy.

Chữ "nghiền" được diễn tả bằng hai bàn tay bóp chặt vào nhau và kéo dài theo hơi thở, mồm ông méo hẳn lại để diễn tả cảnh tan nát của các anh Việt cộng. Đại loại là như thế, ông sống ở đời với thái độ "Tiếu Ngạo Giang Hồ", nhân vật Lão Ngoan Đồng Chu Bá Thông chắc cũng đến độ của ông già sếp tôi mà thôi. Năm 1965 hành quân tại Đức Cơ khi rút ra Pleiku nghỉ, không hiểu bị lôi kéo thế nào ông đi theo mấy đại đội trưởng vào hội quán Phượng Hoàng để khiêu vũ! Lệnh ông tướng vùng bấy giờ cấm mặc quân phục vào hội quán, anh quân trấn trưởng nói năng ra làm sao, ông nổi sùng...

- Đ.m. Hùng đi hành quân chỉ có mỗi bộ quần áo nhà binh, không cho tớ mặc đồ trận thì tớ cởi truồng sao?

Thuận tay ông đưa luôn một quả direct, anh quân trấn trưởng nằm thẳng cẳng. Đóng quân ở Hương Trà, Huế, tiểu đoàn tôi làm tiệc mời ông ra hát. Hát không được thì tớ múa vậy! Nói là làm, ông đi một đường flammenco cũng lắc mông, lắc ngực, và kết thúc là một bài thuyết trình "Qu'est ce que L'armée?" Tiếp theo là những lời sỉ vả tàn tệ vua quan sĩ thứ người trong nước, ông nhớ đến ai ông chửi tơi bời hoa lá, chửi đích danh, chửi ngon lành, chửi như một cơn giận từ bao nhiêu lâu che dấu nay cho tuôn ra như dòng sông được mở...

Đầu năm 1968, gần Tết Mậu Thân, lữ đoàn ông hết nhiệm vụ, từ Huế trở về Sài Gòn. Ông Tướng khu chiến thuật nhắc ông ở lại Huế để đón Tổng Thống cùng Thủ Tướng, ông hạ ngay một câu:

- Tớ hết hành quân là tớ về, Tổng thống đâu có thương tớ bằng mẹ đĩ được!

Nói xong ông leo lên tàu bay đi thẳng. Có một anh nhà báo lân la đến phỏng vấn...

- Xin trung tá cho biết ý kiến về cuộc hành quân vừa qua?

- Ý kiến hả...?

Đợi cho anh nhà báo sửa soạn ghi chép, ông *"tuyên bố"*:

- Sướng nhất là đêm Noel tớ say rượu gọi máy truyền tin qua Bến Hải chửi Võ Nguyên Giáp và Hồ Chí Minh!!

Nhưng đằng sau những cơn say, những màn tiếu ngạo ồn ào trên, thật dễ dàng nhận được niềm thiết tha, mối nhiệt tình nồng nàn đối với quân đội và quê hương. Thật lạ lùng với hai mươi năm ở đơn vị tác chiến, thời gian bằng số tuổi của một gã trai trẻ, một gã trai trẻ cỡ tôi nhưng lòng hiu hắt như cơn nắng quái sắp tàn. Hơn hai mươi năm nhà binh với năm mươi tuổi, một mái tóc bạc trắng, ông vẫn có một nụ cười thật tươi để thêm vào câu chuyện. Thế nào là một cán bộ giỏi? Thế nào là những nguyên tắc căn bản để chỉ huy? Thế nào là DOC (Dirriger, Organiser, Controler) ông nói say sưa, dẫn giải từng điểm chi tiết về bổn phận của người trung đội trưởng, đại đội trưởng.

Khói thuốc lá làm ánh mắt thành hiền hòa, ông nói sang sảng, trình bày mạch lạc. Ông gây nơi tôi một sự xúc động kỳ lạ, nỗi xúc động khám phá được niềm tin vẫn còn trong lòng một người thầy giáo tóc bạc da nhăn với hơn hai mươi năm đi khắp rừng sâu núi cả quê hương. Hơn hai mươi năm gánh chịu cơn đau yếu đỏ lửa của tổ quốc, cơn đau yếu nhọc nhằn của dòng sống dân tộc chông chênh. Chiến tranh vẫn chưa đốn ngã niềm tin trong lòng ông... Tớ chỉ là Cai Hùng... Cai thật trẻ!!

Sau này ông bị ra khỏi binh chủng vì một lý do nào đó tôi không hiểu nhưng điều này chắc chắn là một vết thương lớn nhất trong đời ông. Ông im lặng ngồi trong chiếc phòng con nhìn xuống chân đồi doanh trại cười gằn uất nghẹn đau đớn. Làm sao nói cho hết nỗi cay đắng của người lính già khi phải từ bỏ đơn vị, binh chủng cùng sống trên hai mươi năm lúc tóc còn xanh như niềm hy vọng đến nay mái đầu nhuốm bạc trắng. Không những vì một tuổi già nhưng cũng là lớp sương giá chồng chất lên sau khoảng thời gian binh biến. Thường ngày trong cơn say ông hay mò đến văn phòng chúng tôi để tìm người nói chuyện, nhưng trong thời gian này ông ngồi im như một kiêu hãnh bị xúc phạm, tiếng hét được ghìm xuống giữa kẽ răng thành những tiếng cười gằn nhức nhối như lưỡi dao đâm vào quả tim đang mở miệng cười.

Ông ra khỏi binh chủng, chỉ huy một đơn vị bộ binh nhưng vẫn mặc đồ ngụy trang và đội nón đỏ. Đâu còn là những kích thích về hình thức quyến rũ đối với ông. Nhưng phải nghe ông ta nói: *"Tớ là Nhảy Dù... Tớ là Cai Hùng..."* Tiếng *"Nhảy Dù"* nghe ngắn, chắc như xác định niềm hãnh diện có thật của một người đã sống hết đời cho tập thể. Sau một thời gian ở trung đoàn này ông bị tai nạn trầm trọng, tất cả cơ quan trong người bị đảo lộn. Ông phải chịu nhiều cuộc giải phẫu, thị giác trở nên yếu kém, mất phần lớn ý niệm về sự việc. Lúc chúng tôi đến thăm, ông không nhận ra, nhưng trong nỗ lực của trí nhớ, bỗng nhiên ông nhận ra Vinh *"con"*, viên sĩ quan nhỏ tuổi nhất được ông thương mến như con cháu. Ông nhận ra nó đồng thời với một giọng nói run run:

- Tớ lúc này chỉ thấy mờ mờ nhân ảnh!

Trong tận cùng của đổ vỡ, ông cũng không mất đặc tính khôi hài, dấu hiệu của tâm chất dũng mãnh dù hoàn cảnh đã đẩy đưa vào hố thẳm của tuyệt vọng. Sau này khi nhìn thấy được cảnh vật nhạt nhòa, ông đến trại thăm lại nhà cửa, hỏi thăm các hạ sĩ quan và lính cũ. Trí nhớ chưa phục hồi hẳn, ông mệt nhọc hỏi từng người với những câu nói rời rạc hỗn độn, sau cùng ông nói với tôi để xin người lính về giúp ông công việc riêng tại nhà. Lần đầu tiên nghe ông nói công việc liên quan đến gia đình. Khi tôi bảo người lính theo ông về nhà, ông vui vẻ ra mặt:

- Qúy hóa quá, thế mới biết anh em Nhảy dù luôn giúp đỡ nhau...!

Lòng tôi trùng xuống như cơn mưa của ngày đông buồn bã. Tiễn ông xuống đồi, bóng người lính già khuất bụi mờ. Sau kiếp người đằng đẵng gian lao cho Tổ Quốc là một khoảng trống xám đặc bụi mù.

Tháng 5 năm 1969

Hậu cứ Long Bình

Hậu Từ Về Trung Tá Đào Văn Hùng, Lữ Đoàn Trưởng Lữ Đoàn II Nhảy Dù

Sau 30-4-1975, lực lượng Cộng sản vào khu ngã Ba Ông Tạ truy lùng và xét xử ông cùng gia đình. Do thương trận từ trước (bị mù mắt và tê liệt) nên bộ đội CS chỉ xử tử người con trai của ông tại Lăng Cha Cả ngay sáng ngày 30-4-1975.

Làm gì
sau chiến tranh?!

Tổng Thống Thiệu đọc thông điệp mới, báo hiệu một chính sách mở ngỏ để Việt cộng tham dự vào hoạt động chánh trị của miền Nam, các chính khách, kinh tế gia chuẩn bị đường lối chính trị và kế hoạch kinh tế hậu chiến. Quân Việt Nam bắt đầu thay quân Mỹ. Những hiện tượng dồn dập xảy đến báo hiệu về thế sống mới. Tôi cũng có những ý nghĩ *"hậu chiến"* cho bản thân.

Hậu chiến, sẽ không còn những đụng độ lớn, Việt cộng sẽ hoạt động dưới một hình thức đấu tranh khác về chính trị, kinh tế, có thể hạ tầng cơ sở du kích vẫn được duy trì. Nhưng dù sao đi nữa, tôi sẽ không còn cơ hội để chết non. Lẽ tất nhiên vẫn có những cái chết lãng nhách như rơi máy bay, lính làm nổ lựu đạn, cướp cò, nhưng chắc chắn chẳng còn những cái chết *"bảo đảm"* như bây giờ.

Hậu chiến đặt ra trước mặt chúng tôi những vấn đề thật rõ rệt, nhìn thẳng thì khó chịu nhưng tránh đi thì nó vẫn còn đấy, như một hiện sinh phi lý nói theo kiểu của ông Sartre.

Hậu chiến, một số lính cũng như quan sẽ được giải ngũ, tôi không thuộc thành phần này, vì là lính nhà nghề, sẽ nói rõ số phận này sau. Mấy anh được giải ngũ sẽ làm gì? Chẳng làm được cái gì hết trọi. Trừ một số nhỏ bị động viên sẽ trở lại nhiệm sở cũ, đi dạy học...

Tôi không dám bàn rộng đến khía cạnh kinh tế, chỉ thắc mắc mỗi điều: Xã hội lúc bấy giờ có đủ khả năng để thâu dụng số nhân lực không sản xuất đó hay không? Tôi muốn nói đến các anh đi lính từ năm mười tám tuổi, giải ngũ ra các ông đó có nghề gì? Tập họp nào thâu dụng được đám người không nghề chuyên môn, đã quen với bom đạn trên dưới mười năm.

Hậu chiến, lính còn lại sẽ biến thành công chức; trung đội, đại đội, tiểu đoàn trưởng sẽ hàng ngày ngồi nhìn nhau tại hậu cứ, giày đánh bóng, búc nịt cũng đánh bóng kiểu như các sĩ quan ở quân trường. Lẽ tất nhiên rồi cũng sẽ quen đi. Nhưng thói quen nào được chấp nhận trong những tâm hồn đã chai cứng và cơ thể lệch lạc vì thương tích.

Những người bạn thân hay không, khắp bốn vùng chiến thuật, ở các đơn vị chiến đấu, không ai không có mảnh đạn trong người. Dư và Năng ở Biệt Động Quân bị thương đến độ hết phương chữa, đứng bên cạnh cũng không nhận ra mặt. Gần gũi hơn là lũ bạn ở các tiểu đoàn Nhảy dù, không một thằng nào có thể gọi là mẹ tròn con vuông. Sơn *"độc nhãn"* người gầy như con mắm, con mắt bằng chai bỏ trong túi, vẫn hành quân chăm chỉ trong mười năm không một khóa học, phép thường niên do bệnh viện cấp.

Đấy chỉ là hư hao thể chất, còn tâm hồn, âu cũng là khu rừng hoang cho cỏ lan. Không ai có thể tưởng được cảnh nổi loạn phá phách của Mễ hôm nay... Bởi thuở đi học rất mẫu mực; vào đến trường Võ Bị trở nên sinh viên sĩ quan cán bộ, con cưng của Trung Úy Huỳnh Bửu Sơn, người được xưng tụng là *"Thạc Sĩ Cơ Bản Thao Diễn"* không phải riêng cho Trường Đà Lạt mà kể cả toàn quân. Nhưng bây giờ trông cảnh Mễ chơi đòn giang hồ mọi người đều ngán ngẩm.

Trời mùa đông ở Mỹ Chánh mưa giăng kín mặt sông, bên kia làng địch, Mễ cởi trần đeo súng Colt ở cổ, thổi phao bơi qua sông mua rượu. Chưa bao giờ tôi nghe hắn thở than một điều gì nhưng trong đêm khuya, nơi căn trại vắng ở Tam Hiệp, trong bóng tối, Mễ ngồi im như một nỗi cô đơn.

Đại loại lũ chúng tôi *"hư"* đến như thế, trong mười thằng có đến chín sau bao nhiêu năm đi làm quan không mua được một cái đồng hồ, không biết giờ tan sở Chính phủ ấn định là mấy giờ. Như vậy làm sao kéo chúng tôi vào trong một sinh hoạt đều đặn của trại lính biến thành công sở. Rồi cũng xẩy ra những tỵ hiềm, những xung khắc ti tiện, nhòm ngó đàn bà... Chúng tôi đi lính bao nhiêu năm, lẽ tất nhiên quá quen với đời sống kỷ luật; nhưng kỷ luật này co giãn, thay đổi theo mỗi hoàn cảnh của mỗi người, không có kỷ luật nào bắt lính nhịn đói hai ngày, nhưng luật của đại đội trưởng là phải la hét, quát tháo, kích thích binh sĩ, phải dựng đứng thân thể họ dậy và đẩy về đằng trước.

Lẽ tất nhiên kỷ luật của quân đội sẽ vô cùng xuống giá trước cảnh *"diễn nghĩa"* của Lô cùng với cả trung đội cởi truồng say khướt trong một thửa ruộng ở Vĩnh Lộc, hay của Năng lúc ở Tiểu Đoàn 52 Biệt Động Quân, nhưng ai cấm được binh sĩ của chúng cảm phục và hãnh diện vì có những đại đội trưởng sáng gia hào hùng. Kỷ luật của chúng tôi bất thành văn chỉ có giá trị cho riêng mỗi người. Thế cho nên nếu bắt chúng tôi về lại với thứ nguyên tắc cứng nhắc vớ vẩn đại diện là mấy anh quân cảnh, hỏi thằng lính tác chiến nào nuốt nổi.

Mãn sở rồi, cai, đội hồi hương
Trai lui về làm ruộng...

Hậu chiến thuở xưa được giải quyết êm đẹp như câu hò trên, nhưng hậu chiến bây giờ chúng ta sẽ làm được gì? Trung bình chúng tôi có tú tài, tú tài năm 1969 chỉ có thể đi làm thơ ký quèn, nhưng hậu quả trên dưới mười năm lính chúng tôi đã thành loại người để chỉ huy hoặc tuân lệnh. Giải ngũ trở lại với đời sống thường, nghe những anh già lẩm cẩm, những anh trai trẻ cù lần sai bảo chịu sao nổi?

Lũ bạn chúng tôi ngồi nói chuyện với nhau, một người đi đến, dẫn thêm một tên bạn mới. Làm gì? Làm sở Mỹ. Tôi lúng túng khổ sở không biết gợi chuyện với hắn ta như thế nào! Trường hợp gặp một anh nhà binh không ở đơn vị tác chiến tôi cũng chả biết có chuyện gì để nói với. Kể cho nghe những ngày phá phách ở Pleiku, cho biết tin một thằng ở Biệt kích chưa được lên lon, làm sao anh ta hưởng ứng với được? Chúng tôi đã có một lối sống thành nếp với một số bạn bè hạn chế, thói quen tật xấu cũng như tính tốt của mỗi người đều được biết rõ, một người lạ xuất hiện gây nên một cảm giác khó chịu kỳ quặc, cũng như cái cảm giác lạc lõng ngơ ngác khi tôi bước chân vào một sân trường để xin cho đứa em vào học. Thế giới chúng tôi kín cửa dù có nhọc nhằn phiền muộn cũng đã một chỗ ngồi quen hơi.

"Các anh là một giai cấp sĩ quan quý tộc..." Lúc xưa Đại Tá Huyến đã thổi chúng tôi lên như vậy. Sau này trong những ngày tang thương nhất của đời lính, đóng ở đài phát thanh Sài Gòn để chống biểu tình, căng chiếc võng ngủ ở chỗ nhà để xe của nhân viên trong đài, thấy giá trị của mình còn kém xa các anh thợ hát. Tôi đã gặp lại Đại Tá Huyến trong hoàn cảnh đó để đồng ý với ông ta rằng chúng tôi chẳng có tí ti *"quý tộc"* nào cả! Nhưng phải nói thật, ông đã gieo vào lòng trai trẻ của chúng tôi trong những năm đầu tiên niềm hãnh diện đích thực được làm một sĩ quan tình nguyện chọn binh nghiệp làm nghề - Một nghề đầy hy sinh và cao cả.

Bố khỉ, đến năm nay thì chân lý cao cả kia trông yếu quá, lương quan ba *"thiên thần mũ đỏ"* không nuôi tấm thân tàm tạm, nhà phải đi ở thuê, nhỏ bằng hộp quẹt thở mạnh bung cả mái... Ở gần nhà có một bà nạ giòng, loại *"nouveau riche"* mở lò bánh mì, chẳng biết phát tài ra làm sao, con mẹ mua một lúc ba chiếc xe, trong đó có một chiếc Mercédes 220. Thấy cái nhan sắc hoàng hôn, trang điểm theo kiểu technicolor của đào ciné già cỡ năm 1930 ngự trên chiếc xe, thật đau lòng cho giai cấp quý tộc của tôi quá!

Chưa hết, có một ông trung tá biết bà ta buôn bán phát tài đến xum xoe xin hùn vốn. Ôi! Tôi nghĩ ra tương lai cũng sẽ là một anh trung tá đi mở lò bánh mì hay làm trại heo với điều kiện có tiền làm vốn. Nhưng con đường đã vạch ra rồi đấy, bạn bè tôi thậm chí đến cả Lô *"lọ rượu"* còn xúi tôi chạy áp-phe... Chạy áp-phe, chắc chắn không bao giờ có được trong chương trình huấn luyện của trường

Võ Bị Quốc Gia và Đại Tá Huyến ắt sẽ vô cùng ngạc nhiên khi thấy Lã Quý Trang, sĩ quan á khoa của khóa tôi, một anh nghệ sĩ đầy mình hát hay chẳng kém Duy Trác vẫn chạp áp-phe đều đều. Tôi không biết rõ hắn có kiếm được tí nào không, nhưng nghe lời thở than...

- Không kiếm chác là đói đấy mày ạ, tao vợ hai con rồi, nhà lại ở thuê...

Thôi xong rồi, ngày nó cầm gươm đi diễn hành sao mà đẹp đến thế. Đời đã giết nét tài tử của Lã Qúy Trang.

Đấy, chưa là hậu chiến sĩ quan đã bơ vơ lếch thếch đến thế. Tưởng chỉ có ở trong tiểu thuyết Les frères của Karamazov, viên đại úy đi đòi nợ cho điếm. Hậu chiến chưa đến, nhưng con điếm trong xóm tôi đã đến nhà nhờ tôi lãnh dùm thằng chồng ma-cô của nó ra khỏi Ty Cảnh Sát. Xin Chúa hãy phù hộ cho con! May quá tôi cũng có vốn thanh liêm nên chối từ. Nhưng nếu hậu chiến, giải ngũ trong cảnh vợ con nheo nhóc, ai cản tôi áo hoa nón đỏ vào Ty Cảnh Sát lãnh hộ mấy thằng ma-cô kiếm tí tiền còm!

Cuối năm 1969

Đi về hướng Tây...

Chiếc máy bay quay mũi về phía thành phố, mặt trời sau lưng bắt đầu chìm xuống bìa rừng. Lấy con lộ đá làm chuẩn hai anh phi công bắt đầu cuộc đua, hai chiếc trực thăng đâm chéo vào nhau, lướt trên ngọn cây, gần như chạm sát mặt đường, vạch đá đỏ dưới chân chạy ngược vùn vụt... Nhắm mắt, một ngày mệt mỏi và căng thẳng đang hết. Tôi sắp được nghỉ ngơi. Núi Bà Đen đã phủ hơi sương, khối đá, cây cỏ xanh rì thẩm dần vào bóng tối. Thành phố Tây Ninh vừa lên đèn.

Tây Ninh, thành phố không giống một nơi nào của miền Nam càng không giống một thị trấn nào của miền Trung. Thành phố biên giới theo lộ đất đỏ đi Katum, theo Quốc Lộ 1 từ Gò Dầu Hạ tiếp Đường 22... Tất cả mọi nẻo đều dẫn đến biên giới. Biên giới, đồng cỏ ngút ngàn lặng lẽ váng vất khắc khoải, hai đồn lính nằm trơ trọi, tấm bảng viết hai chữ Việt, Miên. Biên giới, nghe nao nao trong lòng cơn bồi hồi khi chân bước lên mặt nhựa sát gần cây cản đường, trên đồng cỏ thấp thoáng bóng người tới lui im lặng. Biên giới, âm thanh mang vẻ ngỡ ngàng hờ hững và không gian như bị bít lối.

Trong không khí đặc dị đó Tây Ninh buổi sáng gây gây rét, trời im không gió, không nắng, xe nhà binh, lính mang súng đầy ắp con phố chính, thành phố bắt đầu ngày với mùi đao binh, tăng dần độ nóng bởi khói xăng pha nhớt. Thành phố căng thẳng như viên đạn đã lên nòng.

Sáng qua, chiều tới và... Đêm xuống. Đêm xuống mau, thành phố vắng, ngọn đèn vàng khu chợ, bóng người lính lao xao thoắt ẩn thoắt hiện, lính mang giày há mõm, áo rách, mặt đen bụi đỏ trầy trụa vì gai rừng, đâu đây vang tiếng cười lanh lãnh chông chênh. *Uống đi... Hơn hai tháng không ngậm được cục nước đá, uống đi, mai theo Chinook vô lại biết đâu trưa là chết. Uống đi, đ.. má cứ tưởng tượng "nhai" được miếng bia thì chết cũng đáng... Ha, ha cho thêm một hộp nữa.* Đêm Tây Ninh với những người lính sống giữa khe hở của sống/chết.

Tôi đứng trên đài cao, với một cái loa, lá cờ đỏ, những tấm bảng có kẻ chữ V,J,C,B... V là Vichy, Jackie, Carolyne, Barbara.. những căn cứ hỏa lực cách biên giới vừa tầm súng cối địch. *Zulu đây Nam Xương đang cần Class A. Zulu đây Nam Xương, Carolyne yêu cầu Hard-mission...*

Zulu là tôi, Nam Xương cũng là... tôi. Zulu là tôi khi ở trên đài, trên đường đi, trên trực thăng, trên Bãi Fox... Nam Xương là tôi ở nhà, ở trung tâm hành quân nhận yêu cầu từ các căn cứ, nơi có lính dưới hầm, lính đang chong mắt chờ pháo, lính đang liếm môi chờ nước... Class A là thức ăn, hard-mission là khẩn cấp, là đạn, không có không được.

Như con thoi chạy mãi trên trục lửa: Căn cứ - Thành phố. Đài kiểm soát - Bãi bốc hàng. Phi trường - Phòng hành quân. Tôi lái xe như gió, hét như sấm, lồng ngực nổ máu nóng, cổ họng nghẹt cứng vì khói và hơi nóng phản lực của phi cơ. Tôi mờ mắt vì trên cao độ mông lung thấy đạn phòng không đan một lưới lửa dưới thân tầu và căn cứ Vichy bập bùng khói bụi... Địch đang pháo kích.

Ngày hết trở lại đêm, Tây Ninh âm ĩ như miếng sắt nóng đỏ đang nguội dần.

Trong bóng tối của nhà xác, tôi đứng tần ngần bên một gói poncho im lặng. Gói xác người lạ lẫm, không có khối tròn của chiếc đầu. Phước đã chết vì một quả B40 nhắm thẳng vào mặt. Hai chiếc giày của người chết đóng lớp đất vàng có những cọng cỏ còn tươi dính vào kẽ dây giày. Người chết sớm hơn cỏ cây, chưa kịp khô. Buổi trưa, trước khi chết khoảng nửa giờ tôi còn nghe tiếng nói của Phước vọng qua loa khuếch đại máy truyền tin tại phòng hành quân...

- Nam Xương đó hả, cám ơn mi cho tao mấy hộp bia... Thôi nghe, tao đang "gom bi" (điều chỉnh pháo binh), hai ngày nữa ra gặp mi...

Hai ngày nữa, hai ngày nữa... Nghe lồng lộng trong không gian nỗi vui mừng sảng khoái tội nghiệp của kẻ sắp được uống nước đá, ăn cơm nóng và... quay cái cổ cho đã!!! Không có hai ngày hân hoan kia cho Phước nữa, chỉ còn nửa giờ cho một đời. Chỉ còn nửa giờ cho một người. Người rất muốn sống.

Ở Tây Ninh, buổi trưa trong những giờ tạm nghỉ trên đường đi đến nhà ăn, ngang qua những căn nhà lợp tôn, tường cói mỏng, nơi nghỉ ngơi cho lính Mỹ sau ba tuần trong rừng. Đi ngang qua các căn phòng hé cửa, sau bức tường mỏng manh nghe từ trong đó giọng cười hăng hắc khoái trá của giống cái Việt Nam được chạm vào nơi kích thích chen lẫn tiếng gầm gừ của những người trẻ tuổi tóc vàng vừa đến tuổi thanh niên, những người đang tập uống rượu say đắm cuộc đời qua thân thể một phụ nữ da vàng mốc thếch.

Sát biên giới, đuổi giặc ra khỏi biên thùy, đất đai như một kích thích tố cụ thể, lính Nhẩy dù chịu đựng như không thể chịu đựng hơn, tác chiến như không có đơn vị bộ binh nào tác chiến bằng. Cùng phối hợp hành quân với Sư đoàn Kỵ binh Không vận Mỹ, Sư đoàn Bộ binh số 1 của thế kỷ, tác phẩm toàn hảo nhất của Bộ trưởng Quốc phòng McNamara; cũng là sản phẩm hãnh diện không nhược điểm của kỹ nghệ chiến tranh hiện đại. Đứng cạnh Không kỵ hay First CAV, những sư đoàn bộ binh Mỹ ngượng ngùng lép vế không cưỡng chế, Big Red One, Đệ Nhất Sư đoàn bộ binh với gần một thế kỷ truyền thống; Sấm Sét miền Viễn Tây, Sư Đoàn 25 Bộ Binh, nỗ lực chính của quân lực Mỹ trong trận chiến Cao Ly và ngay cả Thủy quân Lục chiến, biểu tượng anh dũng của quân lực Mỹ...

Tất cả khi đứng trước First CAV cũng cảm thấy có một thua sút không bù trừ nổi. Đệ Nhất Sư Đoàn Không vận có gần năm trăm phi cơ trực thăng, ba bộ chỉ huy lữ đoàn với khả năng tác chiến biệt lập có thể đảm trách vùng trách nhiệm cấp sư đoàn. Mỗi lữ đoàn Nhảy dù phối hợp với một lữ đoàn không kỵ, lữ đoàn tôi cùng với Lữ Đoàn 1 Không Kỵ Mỹ giữ vùng trách nhiệm bắc Tây Ninh, Lữ Đoàn 1 Dù với Lữ Đoàn

2 Không Ky chịu phần Phước Long, Bình Long. (*)

Các khu vực trách nhiệm của mỗi tiểu đoàn Dù và Không Ky chen lẫn nhau trải qua ba tỉnh Phước Bình, Bình Long và Tây Ninh. Nguyên tắc là phối hợp hành quân, nên vùng trách nhiệm của Mỹ và ta rộng ngang nhau, nặng ngang nhau vì được đo lường... ngang sức nhau. Nhưng đấy chỉ là nguyên tắc, thực tế thì khác xa, xa diệu vợi, xa ngút ngàn. Khả năng của Không ky Mỹ vô cùng, dù Việt Nam hạn chế, căn cứ Mỹ được 175 ly yểm trợ trực tiếp và 105 ly yểm trợ tăng cường, trong khi Việt Nam thì trái lại. Căn cứ hỏa lực của Mỹ là một thành phố thu hẹp với trạm cứu thương, bãi trực thăng Chinook, bãi trực thăng VIP, đường tráng nhựa, nhà bếp nấu thức ăn nóng cho toàn tiểu đoàn và máy bay riêng cho tiểu đoàn trưởng, trực thăng võ trang ưu tiên yểm trợ, tiếp cứu. Blue Max, Pink Max (trực thăng võ trang) thường trực trên không phận của mỗi khu vực hành quân của từng tiểu đoàn để yểm trợ chiến thuật ngay phút đầu chạm địch.

Nhảy Dù Việt Nam tuy gọi là phối hợp hành quân nhưng lẽ tất nhiên không thể có ưu tiên tuyệt đối như Mỹ, căn cứ hỏa lực được kiến tạo do sức của đôi tay và yếu tố quyết định chiến trường nằm trên mũi súng của mỗi người lính. Và cách xa vật chất của hai loại lính trong cùng một chiến trường, cùng cường độ là khoảng trống không thể bù. Lính Mỹ, áo quần dơ được trực thăng đem về Tây Ninh giặt, hai tuần trong rừng, một tuần tại căn cứ hỏa lực, một tuần được về Tây Ninh nghỉ; chiều có thức ăn nóng với khẩu phần ẩm thực số 1.

Lính Dù áo quần vá bằng dây thép, băng keo, uống nước hố bom cũng là huyệt người chết, một tháng về căn cứ hỏa lực (mỗi tiểu đoàn có một căn cứ) tạm nghỉ để có thể ngước mặt nhìn trời không bị cây rừng che khuất và uống nước ống đạn từ Tây Ninh mang vào với tiêu chuẩn mỗi người một nón sắt. Cùng cường độ chiến trường, vận tốc hành quân, cùng gánh nặng nhiệm vụ, dù thua xa bao nhiêu phương tiện, thiếu bao nhu cầu cũng phải gắng đến đuối sức. Phải gắng hết lực - Danh dự quân lực, quốc gia nằm trong lần phối hợp này. Thế nên trên chiều rộng gần một trăm năm mươi cây số từ Tây Ninh qua Phước Long từ biên giới vào nội địa, người lính Dù Việt Nam cong lưng xuống dưới gánh nặng có mùi vị ẩm mốc của nước mắm, thịt, gạo, mỡ, tay cắp súng. Tay thêm thùng đạn tăng cường, bấm đôi chân trên mặt đất - Đi và đụng địch. Đụng liên miên, đụng dài dài...

Tiểu Đoàn 7 đang hối ARA (ám danh gọi trực thăng võ trang) vào vùng thì quanh căn cứ Carolyne của Tiểu Đoàn 11, Cộng quân đang thổi kèn xung phong. Tiểu Đoàn 2 Dù đang hô: Phải cho thêm kẹo cho gà cồ gấp. (đạn pháo 105). Gà cồ gáy, bánh chưng nổ, đom đóm gần hết (đạn 105, mìn nổ, mìn chiếu sáng hết...) Tất cả hối thúc dồn dập vang vang trong máy truyền tin, tôi như có cơn sấm dậy trong đầu, mệt nhọc bỏ qua, phải bỏ qua vì ngày ngày bay trên rừng xanh, ngày ngày đáp trên đất vỡ, tôi gặp bạn bè, tôi thấy lại lính cũ để nghe những tiếng nói, những câu than nhỏ... Khổ quá, khát quá. Tôi nhìn những chiếc má hóp, những sợi râu úa, những ánh mắt khô...

Từ tháng Mười 69 đến hôm nay tháng Một 70 không nhìn thấy một mảnh trời quang huống gì là một ngày bình yên. Cộng quân thật thâm độc, chúng gom lực lượng nhất định đánh vỡ vòng đai bằng cách cường tập vào các căn cứ Nhảy dù. Nếu quân ta vỡ, Mỹ sẽ mất tinh thần theo. Đánh Nhảy dù còn là đòn tâm lý độc hại cốt chứng tỏ sự hận thù nhắm mạnh hẳn về một hướng. Nhưng quân ta cứng như khối thép, mạnh như cuồng phong, từ các căn cứ các đại đội càng ngày càng bung rộng, đánh ngày không được, đợi đêm đánh. Tại trung tâm hành quân người ta nghe những lời đối thoại chắc nịch:

- Tôi biết ở đấy có hai 12 ly 7 (Phòng không 12 ly 7), Đại bàng (Vị chỉ huy) cho tôi và con cái (lính) ăn uống xong, đến đêm tôi sẽ xung phong.

Những lời nói rất thường ở ngôn từ nhưng lồng lộng ý chí quyết thắng. Sự can trường hình như làm căng mạch máu đoàn quân vì tiến quân lên hướng Bắc nhưng thật ra đi về phía Tây của Việt Nam, đoàn quân đang dẫm lên phần đất mông lung linh diện của biên giới. Đất vô hình nhưng khí thiêng Tổ Quốc hình như lẩn khuất quanh đây - Lính Nhảy Dù mạnh vì mang trong lòng tâm thức- Đuổi giặc ra khỏi biên giới. Tâm lý đắm chìm không phân tích, luận lý nhưng thôi thúc mỗi người trong mỗi ngày mỗi phút đừng ngã xuống để tiến lên. Số vũ khí tịch thu làm Không kỵ ngất ngư. Không thể ngờ có sức chiến đấu tuyệt vời như thế trong những cơ thể chỉ bằng đứa bé ở Mỹ Châu. Lính Không Kỵ giật mình. Huyền thoại về Nhảy Dù Việt Nam là một huyền thoại có thật.

Chiến dịch mở dài cho đến tháng Năm để tiến thành cuộc hành quân vượt biên đánh vào hậu cần Mặt Trận Giải Phóng ở đất Miên. Tôi không tham dự hành quân này và phải ra khỏi binh chủng. Mỗi ngày nơi phòng hành quân của chỗ làm mới nghe bàn tán xôn xao về những địa danh... Lưỡi Câu, Mỏ Vẹt, đồn điền Mimot, Snoul... Tôi đứng ở trước tấm bản đồ phủ bụi dí ngón tay qua các điểm Tây Ninh, Katum, Sông Bé... thấy lại trước mắt dãy rừng Miền

Đông Nam bộ chập chùng ngút ngàn mờ hơi khói, bập bùng những nấm khói đạn pháo binh và đoàn quân di chuyển âm thầm trong bóng lá, trên đất khô lẫn bụi vàng... Chỉ là hai tháng trước đây. Tôi vừa qua một cảnh đời của nghiệp lính.

Tháng 2 năm 1970
Căn Cứ Hỏa Lực Nhảy Dù Việt Nam - Tây Ninh.

(*) Lữ Đoàn Không Kỵ (Air Cavalry Brigade).

Cho dẫu trí tưởng tượng của con người phong phú và sắc bén cao kiến đến bao nhiêu, cũng không ai trên quả đất nghĩ được rằng: Lữ Đoàn Không Kỵ Mỹ nầy được đặt dưới quyền một Người Việt Nam vào năm 2014- Tướng Tư Lệnh Lữ Đoàn Lương Xuân Việt.

PHỤ LỤC
Phan Nhật Nam
Gia đình & Bằng hữu

Dấu Binh Lửa

Đôi điều về, Người Lính-viết văn

Tên đầu tiên Phan Ngọc Khuê, sinh 9 tháng 9, 1943,

Chánh quán Nại Cửu, Triệu Phong, Quảng Trị.

Đổi thành Phan Nhật Nam với ngày sinh mới, 28 tháng 12, 1942,

Tại: Sinh quán Phú Cát, Hương Trà, Thừa Thiên-Huế.

Tiểu Học: Mai Khôi (Huế); Saint Joseph (Đà Nẵng); Trung Học: Phan Châu Trinh, Đà Nẵng (1954-1960). Quốc Học Huế (1960-1961)

Mười bốn năm lính (1961-1975), Khóa 18 Trường Võ Bị Đà Lạt; qua các đơn vị: Tiểu Đoàn 7, 9, 2 và Lữ Đoàn 2 Nhẩy Dù; Tiểu Khu Bà Rịa, Long An;

Biệt Động Quân; Ban Liên Hợp Quân Sự Trung Ương 4 và 2 Bên.

Mười bốn năm tù (1975-1989) nơi những hầm cấm cố, tử hình, hệ thống trại giam Miền Bắc, với hai đợt kiên giam (2/1979 đến 8/1980; 9/1981 đến 5/1988).

Chỉ định cư trú, quản chế tại Lái Thiêu, Bình Dương, Miền Nam, 1990-1993.

Luôn "Học-Đọc-Viết" từ tuổi 20, 30... hoặc nay, 60,70 dù bất cứ hoàn cảnh, điều kiện nào - Để nói cho đến tận cùng về Khổ Nghiệp của mỗi Con Người đã sống cùng, gặp mặt, chứng kiến, nghe được trên vùng đất Bán Đảo Đông Dương, nước Việt Nam suốt hơn nửa thế kỷ qua, khắp nơi trên thế giới. Thế nên, bởi "Bất Bình Tắc Minh" mà cầm viết, dụng văn chứ không do tài hoa, văn vẻ, thuộc giới trí thức, khoa bảng.

Viết bốn mươi-lăm năm (1968-2013), được Lòng Tin từ Người Đọc do chữ viết, lời nói trung thực với:

- **Dấu Binh Lửa**, **1969** - Tường trình về người và chiến tranh nơi Miền Nam (1960-1968)

- **Dọc Đường Số I**, **1970** - Trên quê hương, dọc con lộ, địa ngục có thật hằng ngày mở ra.

- **Ải Trần Gian**, **1970** - Tự sự hóa qua biến cố chính trị, quân sự ở Huế, Đà Nẵng, Miền Trung, 1966.

- **Dựa Lưng Nỗi Chết**, **1971** - Thảm họa Mùa Xuân Mậu Thân (1968) ở Huế được dựng lại với khung cảnh tiểu thuyết.

- **Mùa Hè Đỏ Lửa**, **1972**- Thiên Hùng Ca Mùa Hè của Miền Nam trong trận chiến giữ đất, bảo vệ dân.

- **Tù Binh & Hòa Bình**, **1974** - Lời báo động khẩn thiết sau Hòa Bình ngụy danh từ Hiệp Định biển lận, ký kết tại Paris 27 tháng 1,1973.

Đến Mỹ cuối năm 1993.

Tiếp tục công việc bị buộc phải gián đoạn từ 1975, tự thân đưa đến Bạn Đọc toàn thế giới, qua 40,000 dặm Đông-Tây, Nam-Bắc bán cầu, vòng quanh quả đất - Nơi nào có Người Việt - Người Lính-Viết Văn phải đi tới, hiện thực công việc: *"Dựng lại chân dung đích thực về Dân-Lính của quốc gia tên gọi QLVNCH"*. Với:

- ***Những Chuyện Cần Được Kể Lại***, **1995** - Về Khổ Nạn Việt Nam không dấu hiệu chấm dứt từ 1975.

- ***Đường Trường Xa Xăm***, **1995** - Tâm bút của người luôn trên đường đi.

- ***Đêm Tận Thất Thanh***, **1997** - Thơ viết giữa vũng tối không cùng của hơn mười-tám năm (1975-1993), nơi Long Giao, Long Khánh; Hoàng Liên Sơn, Thanh Hoá.. ở Lái Thiêu, Bình Dương, miền Nam.

- ***Những Cột Trụ Chống Giữ Quê Hương*** - Ký Sự Nhân Vật - Về những Người hằng trải thân giữ vững lực Chiến Đấu Chính Nghĩa suốt nửa thế kỷ trên toàn cõi quê hương.

- ***Mùa Đông Giữ Lửa***, **1997** - Bút ký sau ba năm ở Mỹ để nhắc nhở bản thân, bằng hữu, những thế hệ nối tiếp hằng giữ Lửa Mùa Hè 1972 - Ngày vững tay súng Bảo Quốc-An Dân.

- ***Peace and Prisoner of War*** – Nhà Xuất Bản Kháng Chiến, 1987.

Sách đã xuất bản, dự định phổ biến trong Thế Kỷ 21:

- ***The Stories Must Be Told***, **2002**, Bút ký tường trình cùng người đọc thế giới về phận nghiệp đau thương, vô vàn của Dân Tộc Việt.

- ***Mùa Hè Đỏ Lửa*** - Tái bản lần thứ 30 sau ba-mươi năm (1972-2002) do đích thân người viết sửa chửa, hiệu đính về Ngày Hè Lẫm Liệt nơi Miền Nam.

- *Ải Trần Gian* - Tái bản lần thứ Nhất kể từ lần tuyệt bản năm 1970, 1975 do những chế độ cầm quyền tại Miền Nam, của Việt Nam tịch thu, tiêu hủy.

- *Dựa Lưng Nỗi Chết* - Tái bản lần thứ Nhất tại hải ngoại.

- *Chuyện Dọc Đường*, 2007 (Phần I), Những câu chuyện nghe ra, thấy được, sống cùng.. với thảm cảnh mỗi người Việt Nam trên quê hương, khắp nơi trên thế giới, ở đất Mỹ sau 1975.

- *A ViệtNam War Epilogue*, 2013. Ấn bản Anh Ngữ gởi đến thế hệ người Việt trẻ thông điệp về chiến tranh Việt Nam.

- *Phận Người –Vận Nước* – Nhà Xuất Bản Sống, 2013. Tường trình về phận nghiệp mỗi Người Việt, toàn Dân Tộc đã phải mang nặng, đang chịu đày ải suốt cuộc chiến 1945-1975.

- *Chuyện Dọc Đường* - Nhà Xuất Bản Sống, 2013, hoàn chỉnh.

Cố gắng hoàn tất:

- *Tội Ác & Tội Lỗi* - Tiểu thuyết cố gắng tìm tới ngọn nguồn Sự Ác và Mối Tội.

- *Những Chuyện Không Thật* - Chuyện hằng ngày hiện thực những việc không thực với mỗi phận con người.

- *Thơ Viết Trong Lửa* - Thơ viết hằng ngày. Thơ sống hằng ngày.

- *Để kết thúc với Đá Nát Vàng Phai* - Trường thiên tiểu thuyết về mỗi phận mệnh của tất cả chúng ta hằng dự phần cùng vận nước.. 1954, 1963, 1968, 1972.. 1975.. 2000.. Và tiếp tục.. Nếu còn sống và có điều kiện làm việc.

MONG NGƯỜI ĐỌC HÃY THÚC DỤC LÒNG THÀNH CÙNG NGƯỜI VIẾT

TRÊN PHẦN ĐƯỜNG CUỐI ĐỜI CÒN LẠI QUÁ XA.

Nước Mỹ, Tiểu Bang California,

Kính Tường Trình

Phan Nhật Nam

Từ năm 2005: Biên Tập Viên Đài SBTN, SET, Nam California, Hoa Kỳ.

Từ năm 2012: Biên Tập Viên Sống Magazine, Nam California, Hoa Kỳ.

Dấu Binh Lửa

Phan Nhật Nam trong phái đoàn tiếp nhận tù Binh
Mỹ tại Hà Nội, 4/3/1973

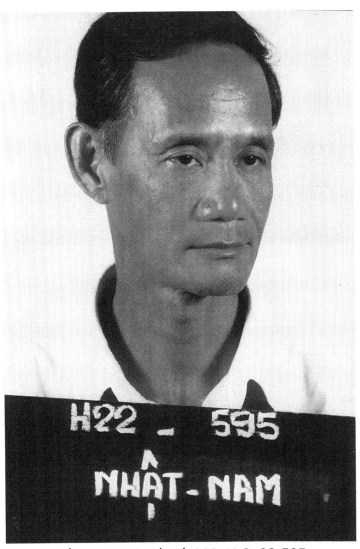

Hồ sơ đi Mỹ, 5/11/1993. H.O. 22-595

Sài gòn, 1993

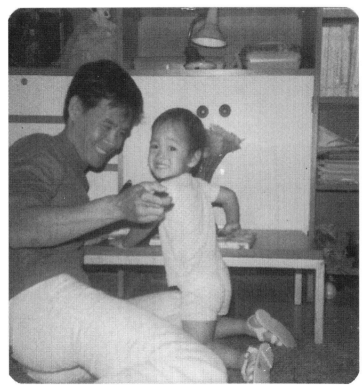

Với con Phan Quý Ly, Phú Nhuận, Sài Gòn, 1974.

Chùa Non Nước, Ngũ Hành Sơn, Đà Nẵng, 1953.

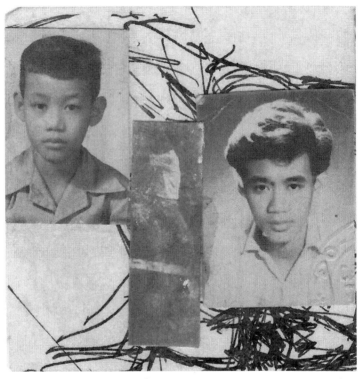

Từ trái: 1953, Thi Tiểu Học; 1957, Núi Bạch Mã, Cầu Hai, Thừa Thiên; 1960, Thi Tú Tài.

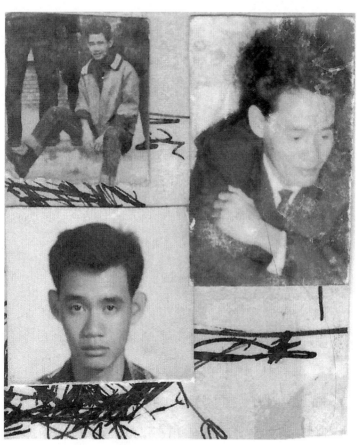

Từ trái: 1962, SVSQ/Năm thứ Hai; 1963, Thiếu Úy
Tiểu Đoàn 7 Dù; 1966, Biên Hòa.

Y phục đại lễ SV.SQDL

Y phục dạo phố mùa Đông.

Với NguyênVũ, Đại Úy Vũ Ngự Chiêu,
Tây Ninh, 1970

Với Nhiếp Ảnh Viên Nguyễn Văn Phúc, Gio Linh, Quảng Trị, 3/1973

Với Mẹ, Bà Ngô Thị Phương Dung, cùng hai em:
Phương Khanh (C),

và Duy Hương.
Đà Nẵng Xuân Ất Mùi, 1955

Học sinh trường Phan Châu Trinh, Đà Nẵng, 1958.

Gia đình lập hồ sơ nhập cư Hoa Kỳ, Houston, 1981

Phan Quý Ly với Cờ Vàng trong thi đua Marathon Iron Man ở Gaveston, TX, 2015

Dấu Binh Lửa

*Cháu nội PNN, Emma và Meagan tiếp nối ông Giữ
Vững Ngọn Cờ, 40 năm sau 30/4/1975.*

Đám cưới Phan Quý Ly, Houston, 2002.

Thiếu Úy Tiểu Đoàn 7 ND, 1963.

Trung Úy Tiểu Đoàn 9 ND, Bồng Sơn,
Bình Định, 1966

*Với Giới Văn Học, Nghệ Thuật miền Nam trước
1975. Hàng đầu (ngồi) kể từ trái... Hồ Hữu Tường
(giữa), Mặc Thu.. Nguyễn Đức Dụ (thứ 6)
Hàng hai (đứng) kể từ trái: Nhiếp Ảnh Gia Nguyễn
Mạnh Đan, PNN, Lê Ngộ Châu (Báo Bách Khoa)..
Trung Tướng Tư Lệnh Không Quân Trần Văn Minh
(#6), Thế Phong, Mai Thảo (#9)...
Phú Nhuận, SG, 1974*

Văn giới Miền Nam sau 1975 tại hải ngoại
với Ngự Thuyết, Võ Phiến...

...Doãn Quốc Sỹ, Phan Nhật Nam, Phạm Phú Minh.

Phan Nhật Nam, Quảng Trị, 1972.

Dấu Binh Lửa

Phòng Kiên Giam trại tù miền Bắc VN (1981-1988) .
Vẽ theo trí nhớ bởi Nguyễn Đại Giang, Seattle, 1997

Gia đình Houston, 2005

Ông và cháu nội Meagan, Houston, 2006

Sau ngày ra khỏi tù với Ngy Thanh (Báo Sóng Thần Sài Gòn trước 1975), Phú Nhuận, Sài Gòn, 1989.

Nhà văn "Mùa hè Đỏ Lửa" Phan Nhật Nam bám sát đoàn người di tản Mĩ
Cao để ghi nhận những hình ảnh và phóng sự gởi về nhà báo.

Trên đường di tản, dưới chân Đèo Hải Vân,
Quảng Nam-Đà Nẵng, 3/1975

Thảm cảnh trên Đèo Hải Vân: Người mẹ chạy loạn cộng sản với xác con nhỏ trên tay.
(Ảnh PNN, 25/3/75)

Nhiều thế hệ người Việt lắng nghe tường trình
khổ nạn VN, Hamburg, Đức Quốc, 7/2002

Cuộc chiến đấu tiếp tục với...

...Điền Lăng, Bùi Thúy Chi, Bạn Trẻ thuộc Thế Hệ Người Việt Thứ Hai tại hải ngoại. Hamburg, 7/2002

Nhà Xuất Bản SỐNG hân hạnh giới thiệu:

Nhà Xuất Bản SỐNG hân hạnh giới thiệu:

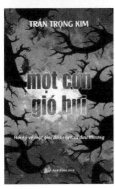

Nhà Xuất Bản SỐNG hân hạnh giới thiệu:

RS

SHIP TO: RETURNS DEPARTMENT
SBYB, INC.
900 KNELL ST
MONTGOMERY IL 60538

IL 603 9-04

UPS GROUND
TRACKING #: 1Z H92 F62 90 3522 9153

DESC: RETURNED MERCHANDISE
RETURN SERVICE

URC87.5A 04/2017

Made in the USA
Columbia, SC
09 August 2018